തീപ്പെട്ടിച്ചേച്ചിയുടെ ഒളിച്ചോട്ടം

theepettichechiyude olichottam
balakadhakal

•

k t mathew

•

first edition
june 2013

•

typesetting
megha

•

published
chintha publishers, thiruvananthapuram

•

printed

•

cover & illustration
sudheer p y

വിതരണം
ദേശാഭിമാനി ബുക്ക് ഹൗസ്
H O തിരുവനന്തപുരം-695 035
www.chinthapublishers.com
chinthapublishers@gmail.com

ബ്രാഞ്ചുകൾ

ഹെഡ്ഡാഫീസ് ബ്രാഞ്ച് കുന്നുകുഴി • ഓവർബ്രിഡ്ജ് തിരുവനന്തപുരം • കെ എസ് ആർ ടി സി ബസ് സ്റ്റേഷൻ ആലപ്പുഴ • കെ എസ് ആർ ടി സി ബസ് സ്റ്റേഷൻ എറണാകുളം • മച്ചിങ്ങൽ ലെയ്ൻ തൃശൂർ • ഐ ജി റോഡ് കോഴിക്കോട് • മാവൂർ റോഡ് കോഴിക്കോട് • എൻ ജി ഒ യൂണിയൻ ബിൽഡിങ് കണ്ണൂർ • സെൻട്രൽ ബസ് ടെർമിനൽ കോംപ്ലക്സ് താവക്കര കണ്ണൂർ

CO - 1916 / 3266

തീപ്പെട്ടിച്ചേച്ചിയുടെ ഒളിച്ചോട്ടം

(ബാലകഥകൾ)

കെ ടി മാത്യു

ചിന്ത പബ്ലിഷേഴ്സ്
തിരുവനന്തപുരം-695 035

കെ ടി മാത്യു

തൃശൂർ ജില്ലയിലെ കാക്കശ്ശേരി ഗ്രാമത്തിൽ 1954 നവംബർ 15 ന് ജനിച്ചു. പിതാവ്: കെ എം തോമസ്, മാതാവ്: ടി എൽ ഏല്യ. പാവറട്ടി സെന്റ്ജോസഫ് എൽ പി സ്കൂൾ, സെന്റ് ജോസഫ് ഹൈസ്കൂൾ, പാവറട്ടി സംസ്കൃത കോളേജ് എന്നിവിടങ്ങളിൽ പഠനം. 1969 മുതൽ വിവിധ പ്രസിദ്ധീകരണങ്ങളിൽ കുട്ടിക്കഥകളും കുട്ടിക്കവിതകളും എഴുതിവരുന്നു. 33 വർഷം മലയാള ഭാഷാധ്യാപകനായി ജോലി ചെയ്ത് 2010 ൽ പാവറട്ടി സെന്റ് ജോസഫ് ഹൈസ്കൂളിൽനിന്ന് വിരമിച്ചു. 2010 ൽ തൃശൂർ ഡി സി ഇ എ അവാർഡ് ലഭിച്ചു.

പ്രസിദ്ധീകരിച്ച കൃതികൾ: *കാൽക്കറുപ്പും മുക്കാൽ ചുവപ്പും, കാറ്റമ്മാവനും മേഘത്തപ്പനും, കുഴിമടിയൻ കൊച്ചാപ്പി, മുനിയാണ്ടിയും മണികണ്ഠനാനയും, കിങ്ങിണിയും പൊങ്ങിണിയും, പാച്ചുവിന്റെ പൂച്ചക്കുട്ടി.*

ഭാര്യ : റജി (അധ്യാപിക)
മക്കൾ : നവനീത്, നവീൻ (വിദ്യാർഥികൾ)
വിലാസം : കുണ്ടുകുളങ്ങര
കാക്കശ്ശേരി പി ഒ
തൃശൂർ – 680 511
ഫോൺ : 0487 2644860
മൊ. : 9496125779

ഉള്ളടക്കം

തീപ്പെട്ടിച്ചേച്ചിയുടെ ഒളിച്ചോട്ടം 7

പുന്നാരക്കുട്ടനും പാക്കരക്കുട്ടനും 12

മൂക്കുമൂക്കുണ്ണിയും മന്ത്രവാദിയപ്പൂപ്പനും 16

കൊതിയൻ കുഞ്ഞായൻ 20

ആമക്കുട്ടനും കുറുക്കൻവൈദ്യരും 24

ഉരുളൻമുതിര പരന്നേ! 28

ചിമ്പുമുയലും ജലദേവതയും 32

ആളിന്മേൽ ആള്! 35

കണ്ണടതാങ്ങിയ കാതും മൂക്കും 39

ദുർമുഖനും ദണ്ഡയ്യനും 43

ഉണ്ണിയന്തുവും പന്തുണ്ണിഭൂതവും 46

പൊന്മുട്ട കക്കുന്ന കരിമൂർഖൻ! 50

പൊങ്ങച്ചപ്പാറുവും പൊങ്ങൻഭൂതവും 54

ക്റും! ക്റും! ഭൂതത്താൻ! 58

കരുണപ്പനും കരിമ്പൂതവും 61

സമർപ്പണം

അക്ഷരങ്ങളുടെ ലോകത്തേക്ക്
എന്നെ കൈപിടിച്ചാനയിച്ച
എന്റെ വന്ദ്യപിതാവിന്.

1

തീപ്പെട്ടിച്ചേച്ചിയുടെ ഒളിച്ചോട്ടം

പണ്ടുപണ്ട് പാപ്പനംകോട്ടെ പാപ്പിനിശ്ശേരി വീട്ടിൽ ഒരു പാവം പാപ്പിയമ്മൂമ്മ പാർത്തിരുന്നു. പാപ്പിയമ്മൂമ്മയുടെ കൂടെ സുന്ദരിയായ ഒരു തീപ്പെട്ടിച്ചേച്ചിയുമുണ്ടായിരുന്നു. മഹാ അഹങ്കാരിയായിരുന്നു തീപ്പെട്ടിച്ചേച്ചി!

ഒരുദിവസം സന്ധ്യക്ക് പാപ്പിയമ്മൂമ്മ തീപ്പെട്ടിച്ചേച്ചിയുടെ ഉള്ളിൽനിന്ന് ഒരു കൊള്ളിക്കുട്ടനെ പുറത്തെടുത്തു. എന്നിട്ട് കൊള്ളിക്കുട്ടനെ ഉരച്ചു കത്തിച്ചു. കൊള്ളിക്കുട്ടന്റെ തലയിൽ തീയാളിപ്പിടിച്ചതുകണ്ട് തീപ്പെട്ടിച്ചേച്ചിക്ക് കലികയറി. തീപ്പെട്ടിച്ചേച്ചി കോപത്തോടെ പറഞ്ഞു:

"എൻപ്രിയ കൊള്ളിക്കുട്ടന്മാരെ
ഇനിമേലിങ്ങനെ കത്തിച്ചാൽ
എന്നെക്കാണില്ലീ വീട്ടിൽ
സത്യം സത്യമിതോർത്തോളൂ!"

പക്ഷേ, തീപ്പെട്ടിച്ചേച്ചി പറഞ്ഞത് പാപ്പിയമ്മൂമ്മ കാര്യമാക്കിയില്ല. അവർ കൊള്ളിക്കുട്ടന്റെ തലയിലെ തീകൊണ്ട് വിളക്കു തെളിയിച്ചു. എന്നിട്ട് ഉമ്മറത്തിണ്ണയിൽ പോയിരുന്ന് നാമം ജപിക്കാൻ തുടങ്ങി.

പിറ്റേന്നും പാപ്പിയമ്മൂമ്മ ഇത് ആവർത്തിച്ചു. അങ്ങനെ കൊള്ളിക്കുട്ടന്മാരുടെ എണ്ണം കുറഞ്ഞുവന്നു. കലികയറിയ

തീപ്പെട്ടിച്ചേച്ചി എന്തുചെയ്തെന്നോ? പാപ്പിയമ്മൂമ്മയുടെ കണ്ണു വെട്ടിച്ച് വീട്ടിൽനിന്ന് ഒളിച്ചോടി!

തീപ്പെട്ടിച്ചേച്ചി പോകുന്നത് മുറ്റത്ത് ചിക്കിച്ചികഞ്ഞുകൊ

ണ്ടിരുന്ന മിനുക്കിക്കോഴി കണ്ടു. മിനുക്കിക്കോഴി തീപ്പെട്ടിച്ചേച്ചിയോട് പറഞ്ഞു:

"തീപ്പെട്ടിച്ചേച്ചീ ചങ്ങാതീ
എങ്ങോട്ടോടി പോകുന്നു?
മഴയെങ്ങാനും വന്നെന്നാൽ
നനഞ്ഞുപോവുകയില്ലേ നീ?"

അതു കേട്ടപ്പോൾ തീപ്പെട്ടിച്ചേച്ചി അഹങ്കാരത്തോടെ പറഞ്ഞു: "മഴ പെയ്ത് നനയുന്നെങ്കിൽ നനയട്ടെ! പാപ്പിയമ്മൂമ്മയ്ക്ക് വിളക്കു തെളിയിച്ച് ചത്തുപോകാൻ ഇനിയെന്റെ കൊള്ളിക്കുട്ടന്മാരെ കിട്ടില്ല!"

അപ്പോൾ മിനുക്കിക്കോഴി പിന്നെയും പറഞ്ഞു:

"തീപ്പെട്ടിച്ചേച്ചീ ചങ്ങാതീ
അങ്ങനെയൊന്നും പറയല്ലേ!
ഇരുട്ടു നീക്കി വെട്ടം നൽകുക
പുണ്യമാണെന്നോർക്കേണം!"

പക്ഷേ, മിനുക്കിക്കോഴി പറഞ്ഞത് കാര്യമാക്കാതെ തീപ്പെട്ടിച്ചേച്ചി ഓടെടാ ഓട്ടം!

തീപ്പെട്ടിച്ചേച്ചി ഓടിപ്പോകുന്നത് മണപ്പാട്ടു കടവത്ത് മീൻ പിടിച്ചുകൊണ്ടിരുന്ന മണുക്കിത്താറാവ് കണ്ടു. മണുക്കിത്താറാവ് തീപ്പെട്ടിച്ചേച്ചിയോട് പറഞ്ഞു:

"തീപ്പെട്ടിച്ചേച്ചീ ചങ്ങാതീ
എങ്ങോട്ടോടിപ്പോകുന്നു?
പുഴയിലെങ്ങാൻ വീണെന്നാൽ
ഒഴുകിപ്പോവുകയില്ലേ നീ?"

അതുകേട്ടപ്പോൾ തീപ്പെട്ടിച്ചേച്ചി പിന്നെയും അഹങ്കാരത്തോടെ പറഞ്ഞു:

"പുഴയിൽ വീണ് ഒഴുകിപ്പോകുന്നെങ്കിൽ പോകട്ടെ! എന്നാലും പാപ്പിയമ്മൂമ്മയ്ക്ക് വിളക്കു തെളിയിക്കാൻ ഇനിയെന്റെ കൊള്ളിക്കുട്ടന്മാരെ കൊടുക്കില്ല!"

അപ്പോൾ മണുക്കിത്താറാവ് പിന്നെയും പറഞ്ഞു:

"തീപ്പെട്ടിച്ചേച്ചീ ചങ്ങാതീ
അങ്ങനെയൊന്നും പറയല്ലേ!

ഇരുട്ടു നീക്കി വെട്ടം നൽകുക
പുണ്യമാണെന്നോർക്കണം!"

പക്ഷേ, മണുക്കിത്താറാവ് പറഞ്ഞത് കാര്യമാക്കാതെ തീപ്പെട്ടിച്ചേച്ചി പിന്നെയും ഓട്ടം തുടർന്നു.

അങ്ങനെ ഓടിയോടി തീപ്പെട്ടിച്ചേച്ചി ചെന്നുപെട്ടതോ? മണ്ടന്നൂരിലെ മണ്ടൻകുട്ടന്റെ മുന്നിൽ! മണ്ടൻകുട്ടൻ ഒരു മണ്ടൻചിരി ചിരിച്ച് തീപ്പെട്ടിച്ചേച്ചിയെ ഓടിച്ചെന്നെടുത്തു! എന്നിട്ട് കൊള്ളിക്കുട്ടന്മാരെ ഓരോന്നായി പുറത്തെടുത്ത് പുഴയിലേക്കെറിയാൻ തുടങ്ങി!

അപ്പോൾ തീപ്പെട്ടിച്ചേച്ചിക്ക് സങ്കടമായി. തീപ്പെട്ടിച്ചേച്ചി തലയിൽ കൈവെച്ച് ഉറക്കെ കരഞ്ഞു. പക്ഷേ, മണ്ടൻകുട്ടനുണ്ടോ അത് കാര്യമാക്കുന്നു? അവൻ കൊള്ളിക്കുട്ടന്മാരെ പുഴയിലേക്ക് എറിഞ്ഞുകൊണ്ടേയിരുന്നു.

അപ്പോൾ മണ്ടൻകുട്ടന്റെ അച്ഛൻ ഒരു വടിയുമായി ഓടിവന്നു. ഉടൻതന്നെ മണ്ടൻകുട്ടൻ തീപ്പെട്ടിച്ചേച്ചിയെ ഒറ്റയേറ്! പെരുവഴിയിൽ മൂക്കുംകുത്തി വീണ തീപ്പെട്ടിച്ചേച്ചി പേടിച്ച് കിടുങ്ങിപ്പോയി. തീപ്പെട്ടിച്ചേച്ചി നോക്കിയപ്പോൾ ഉള്ളിൽ ഒരു കൊള്ളിക്കുട്ടൻ മാത്രമുണ്ട് ബാക്കി!

അപ്പോൾ മിനുക്കിക്കോഴിയും മണുക്കിത്താറാവും പറഞ്ഞത് തീപ്പെട്ടിച്ചേച്ചിക്ക് ഓർമവന്നു. ലോകത്തിന് വെളിച്ചം നൽകുക എന്ന പുണ്യകർമം ചെയ്യേണ്ട കൊള്ളിക്കുട്ടന്മാരാണ് തന്റെ ഒളിച്ചോട്ടംമൂലം ഇപ്പോൾ വെള്ളത്തിൽവീണ് നശിച്ചുപോയത്.

തീപ്പെട്ടിച്ചേച്ചി കരഞ്ഞുകൊണ്ട് പാപ്പിയമ്മൂമ്മയുടെ അടുത്തേക്ക് തിരിച്ചുപോയി. അവിടെ എത്തിയപ്പോൾ നേരം ഇരുട്ടിക്കഴിഞ്ഞിരുന്നു. തീപ്പെട്ടിച്ചേച്ചി കരഞ്ഞുകൊണ്ടു വരുന്നത് കൂട്ടിൽ കിടന്നിരുന്ന മിനുക്കിക്കോഴിയും മണുക്കിത്താറാവും കണ്ടു. അവർക്ക് സന്തോഷമായി.

തീപ്പെട്ടിച്ചേച്ചി പോയതോടെ വിളക്കു തെളിയിക്കാൻ വഴി കാണാതെ ഇരുട്ടത്തിരിക്കുകയായിരുന്നു പാപ്പിയമ്മൂമ്മ! അപ്പോഴതാ മുറ്റത്തുനിന്നൊരു കരച്ചിൽ! അത് തീപ്പെട്ടിച്ചേച്ചിയുടേതാണെന്ന് പാപ്പിയമ്മൂമ്മയ്ക്ക് മനസിലായി. പാപ്പിയമ്മൂമ്മയെ കണ്ട ഉടൻ തീപ്പെട്ടിച്ചേച്ചി അവരുടെ കാൽക്കൽ വീണ് മാപ്പു പറഞ്ഞു.

പാപ്പിയമ്മൂമ്മ തീപ്പെട്ടിച്ചേച്ചിക്ക് മാപ്പു കൊടുത്തു. എന്നിട്ട് തീപ്പെട്ടിക്കുള്ളിലുണ്ടായിരുന്ന കൊള്ളിക്കുട്ടന്റെ സഹായത്തോടെ വിളക്കു തെളിയിച്ചു.

ചുറ്റും പ്രകാശം പരന്നപ്പോൾ പാപ്പിയമ്മൂമ്മയ്ക്ക് സന്തോഷമായി. അവർ തീപ്പെട്ടിച്ചേച്ചിയോട് നന്ദി പറഞ്ഞു. എന്നിട്ട് സന്തോഷത്തോടെ നാമംചൊല്ലാൻ തുടങ്ങി.

2

പുന്നാരക്കുട്ടനും പാക്കരക്കുട്ടനും

പണ്ടുപണ്ട് പൂമലയുടെ താഴ്‌വരയിൽ ഒരു പൂവള്ളിക്കുടിലുണ്ടായിരുന്നു. ആ പൂവള്ളിക്കുടിലിൽ ഒരു പുന്നാരക്കുട്ടൻ പാർത്തിരുന്നു. പൂപോലെ പുഞ്ചിരിക്കുന്ന പുന്നാരക്കുട്ടനെ പൂമലക്കാർക്കെല്ലാം വലിയ ഇഷ്ടമായിരുന്നു.

അങ്ങനെയിരിക്കെ ഒരുദിവസം പുന്നാരക്കുട്ടൻ നടന്നുനടന്ന് പൂമലക്കാവിലെത്തി. അപ്പോൾ ഒരു പൂമുല്ല അവിടെനിന്ന് പൊട്ടിക്കരയുന്നത് പുന്നാരക്കുട്ടൻ കണ്ടു. പുന്നാരക്കുട്ടൻ വേഗം പൂമുല്ലയോട് ചോദിച്ചു:

"മുല്ലേ മുല്ലേ പൂമുല്ലേ
പൊട്ടിക്കരയുവതെന്താണ്?
ആരോ നിന്നുടെ പൂവെല്ലാം
ഇറുത്തെടുത്തോ പൂമുല്ലേ?"

അപ്പോൾ, പൂമുല്ല കരഞ്ഞുകൊണ്ട് പറഞ്ഞു: "പുന്നാരക്കുട്ടാ നീ കാണുന്നില്ലേ? ഈ പച്ചിലപ്പുഴുക്കൾ എന്റെ മൊട്ടുകൾ എല്ലാം തിന്നു തീർക്കുന്നത് കണ്ടില്ലേ?"

അപ്പോഴാണ് പുന്നാരക്കുട്ടന് പൂമുല്ലയുടെ കരച്ചിലിന്റെ കാരണം മനസിലായത്. പുന്നാരക്കുട്ടൻ വേഗം പൂമുല്ലയിൽനിന്ന് പച്ചിലപ്പുഴുക്കളെ എടുത്തുമാറ്റി.

പെട്ടെന്ന്, പൂമുല്ല ഒരു പുഷ്പറാണിയായി മാറി! പുഷ്പ

റാണിയുടെ കൈയിൽ കാണാൻ ചന്തമുള്ള ഒരു പുന്നാരപ്പൂമൊട്ടും ഉണ്ടായിരുന്നു! പുന്നാരപ്പൂമൊട്ട് പുന്നാരക്കുട്ടനെ കാണിച്ച് പുഷ്പറാണി പറഞ്ഞു:

"പുന്നാരക്കുട്ടാ വാങ്ങിക്കോ
പുന്നാരപ്പൂമൊട്ട് വാങ്ങിക്കോ!
പുന്നാരപ്പൂമൊട്ടാലൊന്ന് തൊട്ടാൽ
പൂക്കാത്ത ചെടികളും പൂവണിയും!"

പുഷ്പറാണിയോട് നന്ദിപറഞ്ഞ് പുന്നാരക്കുട്ടൻ പുന്നാരപ്പൂമൊട്ട് വാങ്ങി കൈയിൽ വെച്ചു.

എന്നിട്ട് പൂമലക്കാവിലെ ചെടികളിൽ പൂവിരിയിക്കാൻ തുടങ്ങി. അങ്ങനെ പൂമലക്കാവിൽ ഏതു കാലത്തും പൂക്കളുടെ വർണോത്സവമായി.

പൂവള്ളിക്കുടിലിൽ പാർക്കുന്ന പുന്നാരക്കുട്ടനാണ് പൂമലക്കാവിൽ പൂക്കൾ വിരിയിക്കുന്നത് എന്നറിഞ്ഞപ്പോൾ പൂമലത്തമ്പുരാന് സന്തോഷമായി. പൂമലത്തമ്പുരാൻ പുന്നാരക്കുട്ടന് പത്ത് പൊൻപണം സമ്മാനം നൽകി.

അപ്പോൾ പുന്നാരക്കുട്ടന്റെ അയൽവാസിയായ പാക്കരക്കുട്ടന് അസൂയയായി. അത്യാഗ്രഹിയായ പാക്കരക്കുട്ടൻ പുന്നാരക്കുട്ടനോട് നടന്നതെല്ലാം ചോദിച്ചറിഞ്ഞു.

അങ്ങനെ ഒരുദിവസം പാക്കരക്കുട്ടൻ പച്ചിലപ്പുഴുക്കൾ പൂമൊട്ട് തിന്നുന്ന പൂമുല്ലയന്വേഷിച്ച് നടക്കാൻതുടങ്ങി. പക്ഷേ, കുറെ നടന്നിട്ടും പാക്കരക്കുട്ടന് അങ്ങനെ ഒരു പൂമുല്ലയും കണ്ടെത്താനായില്ല.

അപ്പോൾ പാക്കരക്കുട്ടനൊരു സൂത്രം തോന്നി: കുറെ പച്ചിലപ്പുഴുക്കളെ ഒരു പൂമുല്ലയിൽ കൊണ്ടു വന്നിടണം. പച്ചിലപ്പുഴുക്കൾ പൂമൊട്ടു തിന്നുമ്പോൾ പൂമുല്ല പൊട്ടിക്കരയുകതന്നെ ചെയ്യും. അപ്പോൾ പൂമുല്ലയിൽനിന്ന് പച്ചിലപ്പുഴുക്കളെ എടുത്തുമാറ്റാം. ഉടൻ പുഷ്പറാണി പ്രത്യക്ഷപ്പെട്ട് എന്തെങ്കിലുമൊരു വരം തരാതിരിക്കില്ല.

ഇങ്ങനെ വിചാരിച്ച് അത്യാഗ്രഹിയായ പാക്കരക്കുട്ടൻ കുറെ പച്ചിലപ്പുഴുക്കളെ പിടിച്ചുകൊണ്ടുവന്ന് ഒരു പൂമുല്ലയിലേക്കിട്ടു. എന്നിട്ട് പറഞ്ഞു:

“പച്ചിലപ്പുഴുക്കളേ തിന്നുതീർക്ക്
പൂമൊട്ടു നന്നായി തിന്നുതീർക്ക്!
പൂക്കൾ വിരിയാതെയായിടട്ടേ
പൂമുല്ല പൊട്ടിക്കരഞ്ഞിടട്ടേ!”

പക്ഷേ, നല്ലവരായ ആ പച്ചിലപ്പുഴുക്കൾ ഒറ്റ പൂമൊട്ടും തൊട്ടതേയില്ല. അതു കണ്ടപ്പോൾ പാക്കരക്കുട്ടന് കലികയറി. പാക്കരക്കുട്ടൻ പൂമുല്ല പറിച്ചെടുത്ത് ഒറ്റയേറ്!

അപ്പോഴല്ലേ അത്ഭുതം! പൂമുല്ല നിന്നിരുന്ന സ്ഥലത്ത് ഒരു സ്വർണക്കിരീടം! പൂമുല്ലയാകട്ടെ മനോഹരമായ ഒരു സ്വർണച്ചെങ്കോലും! പുന്നാരക്കുട്ടന് കിട്ടിയ പുന്നാരപ്പൂമൊട്ടിനെക്കാളും

വിലപിടിച്ച സമ്മാനങ്ങളാണ് തനിക്ക് കിട്ടിയിരിക്കുന്നതെന്ന് പാക്കരക്കുട്ടന് തോന്നി. അത്യാഗ്രഹിയായ പാക്കരക്കുട്ടൻ വേഗം കിരീടവും ചെങ്കോലും കൈക്കലാക്കി.

അപ്പോൾ, കുട്ടമത്തെ കുട്ടൻകഴുത അതുവഴി വന്നു. പാക്കരക്കുട്ടൻ വേഗം കുട്ടൻകഴുതയുടെ പുറത്ത് ചാടിക്കയറി. എന്നിട്ട്, തലയിൽ കിരീടവും കൈയിൽ ചെങ്കോലുമായി പൂമലക്കൊട്ടാരത്തിലേക്ക് യാത്രയായി.

പാക്കരക്കുട്ടൻ പൂമലത്തമ്പുരാന്റെ കൊട്ടാരത്തിലേക്ക് കഴുതപ്പുറത്ത് പാഞ്ഞുപോകുന്നതു കണ്ട് കുറെപ്പേർ അവന്റെ പിന്നാലെകൂടി. അപ്പോൾ പാക്കരക്കുട്ടൻ വലിയ ഗമയിൽ വിളിച്ചുപറഞ്ഞു:

"പാക്കരക്കുട്ടൻ വരുന്ന കണ്ടോ?
പടയുമായ് പാഞ്ഞു വരുന്ന കണ്ടോ?
പൂമലത്തമ്പ്രാനെയോടിച്ചിട്ട്
പൂമല വാഴാൻ വരുന്ന കണ്ടോ?"

പാക്കരക്കുട്ടൻ ഉറക്കെപ്പറഞ്ഞത് പൂമലത്തമ്പുരാന്റെ സേവകന്മാർ കേട്ടു. അവർ നോക്കിയപ്പോഴതാ തമ്പുരാന്റെ കാണാതായ കിരീടവും ചെങ്കോലുമായി പാക്കരക്കുട്ടൻ കഴുതപ്പുറത്ത് പാഞ്ഞുവരുന്നു! പൂമലത്തമ്പുരാനെ ഓടിക്കാൻ വരുന്ന പാക്കരക്കുട്ടനെ കണ്ട് സേവകന്മാർക്ക് കലികയറി.

അവർ ഒറ്റക്കുതിപ്പിന് പാക്കരക്കുട്ടനെ പിടികൂടി! എന്നിട്ട് പൂമലത്തമ്പുരാന്റെ മുന്നിൽ ഹാജരാക്കി. പൂമലത്തമ്പുരാൻ ഉടൻ പാക്കരക്കുട്ടന് ശിക്ഷ വിധിച്ചു:

"പാക്കരക്കുട്ടന് നൂറടി നൽകണം
നൂർണിയിലേക്കുടൻ നാടുകടത്തണം!"

പൂമലത്തമ്പുരാന്റെ സേവകന്മാർ വേഗം ശിക്ഷ നടപ്പിലാക്കി. പിന്നീട്, അത്യാഗ്രഹിയായ പാക്കരക്കുട്ടനെ പൂമലയിലാരും കണ്ടിട്ടേയില്ല!

3

മൂക്കുമൂക്കുണ്ണിയും മന്ത്രവാദിയപ്പൂപ്പനും

പണ്ടുപണ്ട് മൂക്കുതലദേശത്തെ മൂക്കന്നൂരുവീട്ടിൽ മൂക്കുമൂക്കുണ്ണി എന്നൊരു പാവം കുട്ടി പാർത്തിരുന്നു. ഉറ്റവരും ഉടയവരുമില്ലാത്ത മൂക്കുമൂക്കുണ്ണി വളരെ വിഷമിച്ചാണ് കഴിഞ്ഞുവന്നത്. വീട്ടുമുറ്റത്തെ മുത്തശ്ശിപ്ലാവ് മാത്രമാണ് മൂക്കുമൂക്കുണ്ണിക്ക് കൂട്ടിനുണ്ടായിരുന്നത്.

അങ്ങനെയിരിക്കെ മുത്തശ്ശിപ്ലാവിൽ ധാരാളം ചക്കകളുണ്ടായി. എന്നാൽ അന്നത്തെ ചക്കകൾക്ക് ഇന്ന് നാം കാണുന്ന വലുപ്പമുണ്ടായിരുന്നില്ല. അവയെല്ലാം ഒരു ചുള മാത്രമുള്ള കുഞ്ഞു ചക്കകളായിരുന്നു.

ഒരുദിവസം മുത്തശ്ശിപ്ലാവിലെ ചക്കയെല്ലാം മൂത്തു. അപ്പോൾ മൂക്കുമൂക്കുണ്ണി ചക്ക പറിച്ച് ഒരിടത്ത് കൂട്ടിയിട്ടു. 'എല്ലാം പഴുക്കട്ടെ! അപ്പോൾ മൂക്കുമുട്ടെ തിന്നാം!' മൂക്കുമൂക്കുണ്ണി വിചാരിച്ചു.

പക്ഷേ, ഒരുദിവസം നേരംവെളുത്തപ്പോൾ മൂക്കുമൂക്കുണ്ണിക്ക് കൂട്ടിവെച്ച ചക്കയൊന്നും അവിടെ കാണാൻ കഴിഞ്ഞില്ല. 'ശ്ശെടാ! ചക്കയെല്ലാം എവിടെപ്പോയി?' മൂക്കുമൂക്കുണ്ണി കരഞ്ഞുകൊണ്ട് ചക്കയന്വേഷിക്കുവാൻ തുടങ്ങി. അപ്പോൾ മുത്തശ്ശിപ്ലാവ് പറഞ്ഞു:

"മൂക്കുമൂക്കുണ്ണീ ഞാൻ പറയാം

ചക്കക്കള്ളൻ ആരെന്ന്!
ചാക്കന്നൂരിൽ പാർത്തീടും
ചാക്കുചാക്കുണ്ണിയാണല്ലോ!"

ചാക്കുകച്ചവടക്കാരൻ ചാക്കുചാക്കുണ്ണിയാണ് ചക്കകെട്ടത് എന്നറിഞ്ഞപ്പോൾ മൂക്കുമൂക്കുണ്ണിക്ക് പേടിയായി. കാരണം, എന്തും ചെയ്യാൻ മടിയില്ലാത്ത ഒരു മഹാദുഷ്ടനായിരുന്നു ചാക്കു ചാക്കുണ്ണി!

എങ്കിലും മൂക്കുമൂക്കുണ്ണി വേഗം ചാക്കന്നൂരിലെ ചാക്കുചാക്കുണ്ണിയുടെ വീട്ടിലെത്തി. അപ്പോഴതാ ഒരുകെട്ട് ചാക്കുമായി ചാക്കുചാക്കുണ്ണി അവിടെ നിൽക്കുന്നു!

ഉടനെ മൂക്കുമൂക്കുണ്ണി പറഞ്ഞു:

"ചാക്കുചാക്കുണ്ണീ തന്നാട്ടെ!
ചക്കകളെല്ലാം തന്നാട്ടെ!
മൂക്കന്നൂർവീട്ടിലെ ചക്കകളെല്ലാം
മൂക്കുമൂക്കുണ്ണിക്ക് തന്നാട്ടെ!"

മൂക്കുമൂക്കുണ്ണി ചക്ക ചോദിച്ചു വന്നത് ചാക്കുചാക്കുണ്ണിക്ക് ഇഷ്ടമായില്ല. ചാക്കുചാക്കുണ്ണി ചാക്കുകെട്ടുകൊണ്ട് മൂക്കുമൂക്കുണ്ണിക്ക് ഒറ്റത്തട്ടു കൊടുത്തു! പാവം, മൂക്കുമൂക്കുണ്ണി! അവൻ മുറ്റത്തേക്ക് മൂക്കുംകുത്തി വീണു!

മൂക്കുമൂക്കുണ്ണി കരഞ്ഞുകൊണ്ട് അവിടെനിന്നുമിറങ്ങി. അപ്പോൾ നല്ലവനായ ഒരു മന്ത്രവാദിയപ്പൂപ്പൻ അതുവഴി വന്നു. മൂക്കുമൂക്കുണ്ണി കരഞ്ഞുകൊണ്ട് മന്ത്രവാദിയപ്പൂപ്പനോട് നടന്നതെല്ലാം പറഞ്ഞു.

അതുകേട്ട് മന്ത്രവാദിയപ്പൂപ്പന് കോപം വന്നു. പെട്ടെന്ന് മന്ത്രവാദിയപ്പൂപ്പൻ കണ്ണടച്ച് എന്തോ മന്ത്രം ചൊല്ലി. എന്നിട്ട് പറഞ്ഞു:

"തിത്തൈ തകതൈ പോരട്ടെ
ചക്കകളെല്ലാം പോരട്ടെ!
ചക്കയ്ക്കൊപ്പം പോരട്ടെ
ചക്കക്കള്ളൻ ചാക്കുണ്ണി!"

പെട്ടെന്ന്, കാണാതെപോയ ചക്കകളെല്ലാം മൂക്കുമൂക്കുണ്ണിയുടെ കാൽക്കലെത്തി. അതോടൊപ്പം ചാക്കുചാക്കുണ്ണിയും വെട്ടിയിട്ട വാഴപോലെ അവിടെ വന്നു വീണു.

മുന്നിൽ മൂക്കുമൂക്കുണ്ണിയെയും മന്ത്രവാദിയപ്പൂപ്പനെയും കണ്ട് ചാക്കുചാക്കുണ്ണിക്ക് പേടിയായി. നിലത്തുവീണ് അവശനായ ചാക്കുചാക്കുണ്ണി കിടന്നകിടപ്പിൽ കരഞ്ഞുകൊണ്ട് മന്ത്രവാദിയപ്പൂപ്പനോട് പറഞ്ഞു:

"ഹയ്യോ! ഹമ്മോ! ഹമ്മമ്മോ!
മാപ്പുതരേണം അപ്പൂപ്പാ!
കക്കുകയില്ലാ ഇനിമേലിൽ
വെക്കം നല്ലവനാകാം ഞാൻ!"

ചാക്കുചാക്കുണ്ണിയുടെ കരച്ചിലും പറച്ചിലും കണ്ട് മന്ത്രവാദിയപ്പൂപ്പന് അലിവ് തോന്നി. മന്ത്രവാദിയപ്പൂപ്പൻ ചാക്കുചാക്കുണ്ണിക്ക് മാപ്പുകൊടുത്തു.

മൂക്കുമൂക്കുണ്ണിക്ക് സന്തോഷമായി. അവൻ വേഗം കുഞ്ഞുചക്കകൾ വാരിയെടുക്കാൻ തുടങ്ങി. മൂക്കുമൂക്കുണ്ണി ചക്കയെടുക്കുവാൻ വിഷമിക്കുന്നതുകണ്ട് മന്ത്രവാദിയപ്പൂപ്പൻ മറ്റൊരു മന്ത്രം ചൊല്ലി.

ഉടനെ, കുഞ്ഞുചക്കകളെല്ലാം ഒരുമിച്ചുചേർന്ന് ഒരു വമ്പൻ ചക്കപ്പഴമായി മാറി! ആ വമ്പൻ ചക്കപ്പഴംകണ്ട് മൂക്കുമൂക്കുണ്ണി അമ്പരന്നു. അവൻ മന്ത്രവാദിയപ്പൂപ്പനോട് നന്ദിപറഞ്ഞ്, വമ്പൻ ചക്കപ്പഴവും തലയിലേറ്റി വേഗം വീട്ടിലേക്കുപോയി.

അപ്പോൾ മൂക്കുതല ദേശത്തെ നാടുവാഴിയായ മുറിമൂക്കൻ തമ്പുരാൻ സേവകരോടൊപ്പം അതുവഴി വന്നു. മൂക്കുമൂക്കുണ്ണിയുടെ തലയിലിരിക്കുന്ന ചക്കപ്പഴത്തിന്റെ വലുപ്പംകണ്ട് മുറിമൂക്കൻ തമ്പുരാന്റെ കണ്ണുതള്ളി! 'ഹമ്പോ! എന്തൊരു വമ്പൻ ചക്കപ്പഴം!' മുറിമൂക്കൻ തമ്പുരാൻ മുറിമൂക്കത്ത് വിരൽവെച്ചു.

അപ്പോൾ, മൂക്കുമൂക്കുണ്ണി ആ വമ്പൻ ചക്കപ്പഴം മുറിമൂക്കൻ തമ്പുരാന് കാഴ്ചവെച്ചു. സന്തുഷ്ടനായ മുറിമൂക്കൻ തമ്പുരാൻ മൂക്കുമൂക്കുണ്ണിക്ക് കൈനിറയെ സമ്മാനങ്ങൾ കൊടുത്തു. എന്നിട്ട് അവനെ സന്തോഷത്തോടെ യാത്രയാക്കി.

അങ്ങനെ മൂക്കുമൂക്കുണ്ണിയുടെ കഷ്ടപ്പാടെല്ലാം മാറി. അവൻ മുത്തശ്ശിപ്ലാവിന്റെ കൂടെ വളരെക്കാലം സന്തോഷത്തോടെ ജീവിച്ചു.

അന്നുതൊട്ടാണത്രേ, പ്ലാവുകളിൽ ധാരാളം ചുളകളുള്ള വമ്പൻ ചക്കപ്പഴങ്ങൾ ഉണ്ടാകാൻ തുടങ്ങിയത്.

4

കൊതിയൻ കുഞ്ഞായൻ!

പണ്ടുപണ്ട് കുഞ്ഞാട്ടൂരിലെ കുഞ്ഞച്ചൻ മുതലാളിയുടെ ബംഗ്ലാവിൽ ഒരു കുറിഞ്ഞിപ്പൂച്ച പാർത്തിരുന്നു. കുഞ്ഞമ്മിണി എന്നായിരുന്നു. പൂച്ചമ്മയുടെ പേര്. അടുക്കളയിൽക്കയറി ഒന്നും കട്ടുതിന്നാത്ത കുഞ്ഞമ്മിണിപ്പൂച്ചയെ വീട്ടിൽ എല്ലാവർക്കും വലിയ ഇഷ്ടമായിരുന്നു.

അങ്ങനെയിരിക്കെ ഒരു ദിവസം കുഞ്ഞമ്മിണിപ്പൂച്ചയ്ക്ക് ഒരു കുഞ്ഞുപിറന്നു. കുഞ്ഞച്ചൻ മുതലാളിയുടെ കൊച്ചമ്മ കുഞ്ഞന്നാമ്മ ആ പൂച്ചക്കുഞ്ഞിന് കുഞ്ഞായൻ എന്നു പേരിട്ടു. ഏതാനും ദിവസങ്ങൾക്കുള്ളിൽ കുഞ്ഞായൻ ഓടാനും ചാടാനുമൊക്കെ പഠിച്ചു.

ഒരുദിവസം കൊച്ചമ്മയുടെ ജോലിക്കാരി അടുക്കളയിൽ കരിമീൻ വറുത്തു. കരിമീനിന്റെ മണം മൂക്കിലടിച്ചപ്പോൾ കുഞ്ഞായന് കൊതിയായി. അവൻ നാവുനുണയുന്നതു കണ്ടപ്പോൾ കുഞ്ഞമ്മിണിപ്പൂച്ച പറഞ്ഞു:

“കുഞ്ഞായാ നീ കൊതിമൂത്ത്
കട്ടുതിന്നാൻ നോക്കല്ലേ!
കട്ടുതിന്നാൽ തല്ല് തരും
മുട്ടൻ വടിയാൽ കൊച്ചമ്മ!”

കുഞ്ഞായൻ തലയാട്ടി സമ്മതിച്ചു. പക്ഷേ, കുഞ്ഞമ്മിണി

പ്പൂച്ച ഉറങ്ങുന്ന തക്കംനോക്കി കുഞ്ഞായൻ എന്തുചെയ്തെന്നോ? അവൻ അടുക്കളയിൽ കയറി സൂത്രത്തിൽ ഒരു കരിമീൻ തട്ടിയെടുത്തു. എന്നിട്ട് 'കറുമുറും' എന്ന് കടിച്ചുതിന്നു.

ഊണുവിളമ്പാൻ നേരത്ത് കൊച്ചമ്മ അടുക്കളയിലേക്ക് വന്നു. അപ്പോഴതാ നിലത്തൊരു മുള്ള്! അതുകണ്ടപ്പോൾ കരിമീൻ കട്ടുതിന്നത് കുഞ്ഞമ്മിണിപ്പൂച്ചയാണെന്ന് കൊച്ചമ്മയ്ക്ക് തോന്നി. കലികയറിയ അവർ ഒരു മുട്ടൻ വടിയെടുത്ത് കുഞ്ഞമ്മിണിപ്പൂച്ചയ്ക്ക് നല്ല തല്ലുകൊടുത്തു.

കുഞ്ഞമ്മിണിപ്പൂച്ച 'ങ്യാവൂ ങ്യാവൂ' എന്ന് കരഞ്ഞുകൊണ്ട് പുറത്തുചാടി. എന്നിട്ട് വിറകുപുരയിൽപോയി പതുങ്ങിയിരുന്നു. എന്നാൽ കുഞ്ഞായനോ? അവൻ ഒരിടത്ത് ചുരുണ്ടുകൂടി കിടന്ന് നല്ല ഉറക്കവും!

കുറച്ചുദിവസം കഴിഞ്ഞ് അടുക്കളയിൽ ഇറച്ചിക്കറി പാകം ചെയ്തു. ഇറച്ചിക്കറിയുടെ മണം മൂക്കിലടിച്ചപ്പോൾ കുഞ്ഞായന് പിന്നെയും കൊതിയായി. അവൻ നാവുനുണയുന്നതു കണ്ടപ്പോൾ കുഞ്ഞമ്മിണിപ്പൂച്ച പറഞ്ഞു:

"കുഞ്ഞായാ നീ കൊതിമൂത്ത്
കട്ടുതിന്നാൻ നോക്കല്ലേ!
കട്ടു തിന്നാൽ തല്ല് തരും
മുട്ടൻവടിയാൽ കൊച്ചമ്മ!"

കുഞ്ഞായൻ അത് സമ്മതിച്ചു. പക്ഷേ, കുഞ്ഞമ്മിണിപ്പൂച്ച ഉറങ്ങുന്ന തക്കംനോക്കി കുഞ്ഞായൻ എന്തുചെയ്തെന്നോ? അവൻ പമ്മിപ്പമ്മി അടുക്കളയിൽ കയറി. അപ്പോഴതാ, ഇറച്ചിക്കറി അടച്ചുവെച്ചിരിക്കുന്ന പാത്രത്തിൽനിന്ന് ഒരു കഷണം പുറത്തേക്ക് നീണ്ടുനിൽക്കുന്നു. കുഞ്ഞായൻ ആ ഇറച്ചിക്കഷണം കടിച്ചെടുത്തു. എന്നിട്ട് ആർത്തിയോടെ അകത്താക്കി.

ഊണുവിളമ്പാൻ നേരത്ത് കൊച്ചമ്മ അടുക്കളയിലേക്ക് വന്നു. അപ്പോഴതാ നിലത്തൊരു എല്ല്! അതു കണ്ടപ്പോൾ ഇറച്ചിക്കറി കട്ടുതിന്നത് കുഞ്ഞമ്മിണിപ്പൂച്ചയാണെന്ന് കൊച്ചമ്മയ്ക്ക് തോന്നി. കലികയറിയ അവർ ഒരു മുട്ടൻവടിയെടുത്ത് കുഞ്ഞമ്മിണിപ്പൂച്ചയ്ക്ക് നല്ല തല്ലുകൊടുത്തു!

കുഞ്ഞമ്മിണിപ്പൂച്ച പേടിച്ച് പുറത്തുചാടി. എന്നിട്ട് വിറകുപുരയിൽ ചെന്നിരുന്ന് 'ങ്യാവൂ.... ങ്യാവൂ....' എന്നുറക്കെ കരയാൻ തുടങ്ങി. എന്നാൽ കുഞ്ഞായനോ? അവൻ തിണ്ണയിൽ

കിടന്ന് നല്ല ഉറക്കവും! അങ്ങനെ കുഞ്ഞായൻ കട്ടുതിന്നതിനൊക്കെ കുഞ്ഞമ്മിണിപ്പൂച്ചയ്ക്ക് അടി കിട്ടിക്കൊണ്ടിരുന്നു.

ഒരുദിവസം കൊച്ചമ്മ അടുക്കളയിൽ പാൽതിളപ്പിച്ചു.

പാലിന്റെ മണം മൂക്കിലടിച്ചപ്പോൾ കുഞ്ഞായയന് പിന്നെയും കൊതിയായി. അവൻ കൈകൾ നക്കിത്തുടയ്ക്കുന്നതു കണ്ടപ്പോൾ കുഞ്ഞമ്മിണിപ്പൂച്ച പറഞ്ഞു:

"കുഞ്ഞായയാ നീ കൊതിമൂത്ത്
കട്ടുതിന്നാൻ നോക്കല്ലേ!
കട്ടുതിന്നാൽ തല്ല് തരും
മുട്ടൻവടിയാൽ കൊച്ചമ്മ!"

കുഞ്ഞായയൻ അത് സമ്മതിച്ചു. പക്ഷേ, കുഞ്ഞമ്മിണിപ്പൂച്ച ഉറങ്ങുന്ന തക്കംനോക്കി കുഞ്ഞായയൻ അടുക്കളയിൽ കയറി പാൽക്കലത്തിൽ തലയിട്ടു!

അപ്പോഴല്ലേ രസം? കുഞ്ഞായയന്റെ നാക്കുപൊള്ളി! കുഞ്ഞായയൻ പേടിച്ച് ഒറ്റച്ചാട്ടം! അപ്പോൾ പാൽക്കലം മറിഞ്ഞ് കുഞ്ഞായയന്റെ മേലെല്ലാം ചൂടുപാല് വീണു. കുഞ്ഞായയൻ വേദന സഹിക്കവയ്യാതെ 'ങ്യാ....വൂ! ങ്യാ....വൂ!' എന്നുറക്കെ അലറിക്കരയാൻ തുടങ്ങി.

കുഞ്ഞായയന്റെ പതിവില്ലാത്ത കരച്ചിൽകേട്ട് കൊച്ചമ്മ അടുക്കളയിലേക്ക് വന്നു. അപ്പോൾ പാൽക്കലം മറിഞ്ഞുകിടക്കുന്നതും കുഞ്ഞായയൻ കരഞ്ഞുകൊണ്ട് പമ്പരംകറങ്ങുന്നതുമാണ് കൊച്ചമ്മ കണ്ടത്!

"ശ്ശെടാ! അപ്പോൾ നീയാണല്ലേ കള്ളൻ?" എന്നു ചോദിച്ച് കൊച്ചമ്മ ഒരു മുട്ടൻ വടിയെടുത്ത് കുഞ്ഞായയന് പൊത്തോ പൊത്തോ എന്ന് നല്ല തല്ല് കൊടുത്തു!

കുഞ്ഞായയൻ കരഞ്ഞുകൊണ്ട് പുറത്തേക്കോടി. എന്നിട്ട് വിറകുപുരയിൽ ചെന്നിരുന്ന് 'ങ്യാ...വൂ! ങ്യാ...വൂ!' എന്നുറക്കെ കരയാൻ തുടങ്ങി. അപ്പോൾ കുഞ്ഞമ്മിണ്ണിപ്പൂച്ച അവിടെയെത്തി. എന്നിട്ട് കുഞ്ഞായയനോട് പറഞ്ഞു:

"കുഞ്ഞായയാ നീ കൊതിമൂത്ത്
കട്ടുതിന്നാൻ നോക്കല്ലേ!
കട്ടുതിന്നാൽ വളരില്ല
കെട്ടുപോകും കുഞ്ഞായയാ!"

തന്റെ കൊതിയാണ് എല്ലാ കുഴപ്പങ്ങൾക്കും കാരണമെന്ന് കൊതിയൻ കുഞ്ഞായയന് മനസിലായി. പിന്നീട് അവൻ കൊതിയൊക്കെ ഉപേക്ഷിച്ച് നല്ല പൂച്ചക്കുഞ്ഞായി ജീവിച്ചു.

5

ആമക്കുട്ടനും കുറുക്കൻ വൈദ്യരും!

പണ്ടുപണ്ട് ആമകൾക്ക് പല്ലുണ്ടായിരുന്ന കാലം. അക്കാലത്ത് ആമയൂരിൽ കുറെ ആമകൾ പാർത്തിരുന്നു. ആമക്കുട്ടനായിരുന്നു ആമകളുടെ നേതാവ്.

ഒരുദിവസം ആമക്കുട്ടൻ നാടുകാണാനിറങ്ങി. നടന്നുനടന്ന് ആമക്കുട്ടൻ ചാത്തന്നൂരെത്തി. അപ്പോൾ ചാത്തങ്കേരി മനയ്ക്കലെ ഉണ്ണിനമ്പൂതിരി ചാത്തുക്കുട്ടി ചിരിച്ചുകൊണ്ട് തുള്ളിച്ചാടുന്നത് ആമക്കുട്ടൻ കണ്ടു. തന്നെയുമല്ല ചാത്തുക്കുട്ടിയുടെ വായിലെ മുൻവരിപ്പല്ലുകളിൽ രണ്ടെണ്ണം കാണാനുമില്ല. അതുകണ്ട് ആമക്കുട്ടൻ ചാത്തുക്കുട്ടിയോട് ചോദിച്ചു:

"ചാത്തുക്കുട്ടീ ചങ്ങാതീ
തുള്ളിച്ചാടും ചങ്ങാതീ
പല്ലുകളയ്യോ രണ്ടെണ്ണം
എവിടെ പോയെൻ ചങ്ങാതീ?"

അപ്പോൾ ചാത്തുക്കുട്ടി പറഞ്ഞു:

"പാലൊളി പെയ്തു വിളങ്ങീടും
കീരിപ്പല്ലുകൾ വന്നീടാൻ
പറിച്ചു കളഞ്ഞു ചെറിയമ്മ
പലകപ്പല്ലുകൾ ചങ്ങാതീ?"

അപ്പോഴാണ് പല്ല് പറിച്ചാൽ പുതിയ പല്ല് മുളച്ചുവരുമെന്ന്

ആമക്കുട്ടന് മനസിലായത്! 'എങ്കിൽ എന്റെ രണ്ടുപല്ല് പറിച്ചു കളയണം!' ഇങ്ങനെ വിചാരിച്ച് ആമക്കുട്ടൻ പിന്നെയും നടക്കാൻ തുടങ്ങി.

നടന്നുനടന്ന് ആമക്കുട്ടൻ മൂത്തകുന്നത്തെത്തി. അപ്പോൾ മൂത്താശാരി മുത്തയ്യൻ പത്തായപ്പെട്ടിയിൽനിന്ന് ആണി പറിക്കുന്നത് ആമക്കുട്ടൻ കണ്ടു. ഉടനെ ആമക്കുട്ടൻ മൂത്താശാരി മുത്തയ്യനോട് പറഞ്ഞു:

"പാലൊളി പെയ്തു വിളങ്ങീടും
കീരിപ്പല്ലുകൾ വന്നീടാൻ
മൂത്താശാരീ മുത്തയ്യാ
പലകപ്പല്ലു പറിച്ചുതരൂ!"

അപ്പോൾ മൂത്താശാരി മുത്തയ്യൻ ചിരിച്ചുകൊണ്ട് പറഞ്ഞു:

"അയ്യോ! ഞാനൊരു ആശാരി
അറിയില്ലല്ലോ പല്ലുപറി!
അതിനാൽ വേഗം പോയിട്ട്
പല്ലിൻവൈദ്യരെ കണ്ടോളൂ!"

'ശ്ശെടാ! പല്ലുവൈദ്യരെ കാണാൻ ഇനി എങ്ങോട്ടുപോകും?' ഇങ്ങനെ വിചാരിച്ച് ആമക്കുട്ടൻ പിന്നെയും നടക്കാൻ തുടങ്ങി.

അങ്ങനെ നടന്നുനടന്ന് ആമക്കുട്ടൻ പാലപ്പെട്ടിയിലെത്തി. അപ്പോഴതാ പാലത്തിനടുത്ത് ഒരു ബോർഡ്! 'വേദനയില്ലാതെ പല്ല് പറിച്ചു കൊടുക്കും!' ആമക്കുട്ടൻ വേഗം അങ്ങോട്ടു നടന്നു.

അപ്പോൾ ഒരു മരച്ചുവട്ടിലിരുന്ന് കുറുക്കൻവൈദ്യർ മരങ്ങോടൻ കുരങ്ങന്റെ പല്ല് പറിക്കുന്നത് ആമക്കുട്ടൻ കണ്ടു. ഉടനെ ആമക്കുട്ടൻ കൈകൾ കൂപ്പി കുറുക്കൻവൈദ്യരോട് പറഞ്ഞു:

"പാലൊളി പെയ്ത് വിളങ്ങീടും
കീരിപ്പല്ലുകൾ വന്നീടാൻ
പലകപ്പല്ലു പറിച്ചുതരൂ
കുറുക്കൻ വൈദ്യാ കെങ്കേമാ!"

അപ്പോൾ മഹാസൂത്രക്കാരനും ചതിയനുമായ കുറുക്കൻവൈദ്യർ പറഞ്ഞു:

"ആമക്കുട്ടാ വന്നാട്ടെ
പലകപ്പല്ലു പറിച്ചുതരാം!

മുഴുത്ത കോഴിപ്പൂവനെ നീ!
എന്നുടെ ഫീസായ് നൽകേണം"

ആമക്കുട്ടൻ അത് സമ്മതിച്ചു. എന്നിട്ട് കോഴിപ്പൂവനെയും തേടി അവിടെനിന്നുമിറങ്ങി. പക്ഷേ, ആമക്കുട്ടനുണ്ടോ കോഴിപ്പൂവനെ കിട്ടുന്നു? കോഴിപ്പൂവന്മാരുടെ പിന്നാലെ നടന്ന് ആമ

ക്കുട്ടന് മടുത്തു.

അപ്പോൾ ഒരു കോഴിപ്പൂവൻ വലിയൊരു തീറ്റ കൊത്തിമുറിക്കാനാകാതെ വിഷമിക്കുന്നത് ആമക്കുട്ടൻ കണ്ടു. ഉടനെ ആമക്കുട്ടൻ സൂത്രത്തിൽ കോഴിപ്പൂവനോട് പറഞ്ഞു:

“കോഴിപ്പൂവാ ചങ്ങാതീ
വൈദ്യരെക്കാണാൻ വന്നാലും!
വേദനയില്ലാതങ്ങോർ നിൻ
കൊക്കിനു മൂർച്ച വരുത്തീടും!”

വേദനയില്ലാതെ കൊക്ക് മൂർച്ച കൂട്ടിത്തരുന്ന വൈദ്യരുണ്ടെന്നു കേട്ടപ്പോൾ കോഴിപ്പൂവന് സന്തോഷമായി. അവൻ വേഗം ആമക്കുട്ടന്റെ പിന്നാലെ പോയി.

പക്ഷേ, ദൂരെനിന്നുതന്നെ കോഴിപ്പൂവൻ കുറുക്കൻവൈദ്യരെ കണ്ടു. ‘ഈ കള്ളക്കുറുക്കന്റെ അടുത്തേക്കാണോ ആമക്കുട്ടൻ തന്നെ കൊണ്ടുപോകുന്നത്? തന്റെ കഥ ഇപ്പോൾതന്നെ കഴിയും!’ ഇങ്ങനെ വിചാരിച്ച് പേടിച്ചുപോയ കോഴിപ്പൂവൻ എന്തു ചെയ്തെന്നോ? ആമക്കുട്ടന്റെ തലയിൽ ഒറ്റക്കൊത്തു കൊടുത്തു! എന്നിട്ട് ഉടൻ സ്ഥലം വിട്ടു.

കോഴിപ്പൂവൻ ഓടിപ്പോകുന്നതു കണ്ടപ്പോൾ കുറുക്കൻവൈദ്യർക്ക് കലികയറി. കുറുക്കൻ വൈദ്യർ ഓടിച്ചെന്ന് ആമക്കുട്ടനെ പിടികൂടി, എന്നിട്ട് അവന്റെ വായിലെ എല്ലാ പല്ലും ‘ക്ടിം! കിടിം!’ എന്ന് പറിച്ചു കളഞ്ഞു.

ആമക്കുട്ടൻ വേദനകൊണ്ട് പുളഞ്ഞു. അവൻ കരയാൻ തുടങ്ങി. അതുകണ്ട് കുറുക്കൻവൈദ്യർക്ക് പിന്നെയും കലികയറി. കുറുക്കൻവൈദ്യർ ആമക്കുട്ടനെ തൂക്കിയെടുത്ത് ഒറ്റയേറ്! പാവം, ആമക്കുട്ടൻ! അവൻ കരഞ്ഞുകൊണ്ട് ഒരു പൊട്ടക്കുളത്തിൽ ചെന്നുവീണു!

അങ്ങനെ ആമക്കുട്ടന് പല്ലില്ലാതായി. ആ സ്ഥാനത്ത് പുതിയ പല്ല് മുളച്ചു വന്നതുമില്ല. തൊണ്ണപ്പനായി മാറിയ അവന് മറ്റുള്ളവരുടെ മുന്നിൽ വരാൻ നാണമായി. അവൻ പിന്നീട് ആ പൊട്ടക്കുളത്തിൽത്തന്നെ ഒളിച്ചുപാർത്തു!

ആമകൾക്ക് പല്ലില്ലാതായതും അവരെ കാണുമ്പോൾ കോഴികൾ പേടിച്ച് കൊക്കിവിളിക്കാൻ തുടങ്ങിയതും അന്നുതൊട്ടാണത്രേ.

6

ഉരുളൻ മുതിര പരന്നേ!

പണ്ടുപണ്ട് മുതിരമണികൾ ഉരുണ്ടിട്ടായിരുന്നു! അക്കാലത്ത് മാതമംഗലത്തെ മാതയ്യന് കുറേ മുതിരമണികൾ കിട്ടി. മാതയ്യൻ അതെല്ലാം ഒരു മൺകലത്തിലാക്കി മച്ചിൽ സൂക്ഷിച്ചുവെച്ചു.

എന്നിട്ട്, മയിലാടുംകുന്നിൽ മയിലാട്ടം കാണാൻ പോയി. മയിലാട്ടം കണ്ട് മയിൽപ്പീലിയും വാങ്ങി തിരിച്ചുപോരുമ്പോൾ അതുവഴിവന്ന ഒരു കുട്ടിപ്പട്ടേരി മാതയ്യനോട് മയിൽപ്പീലി ചോദിച്ചു.

മാതയ്യൻ കുട്ടിപ്പട്ടേരിക്ക് ഒരു മയിൽപ്പീലി കൊടുത്തു. എന്നിട്ട്, വേഗം വീട്ടിലേക്കു പോന്നു. വീട്ടിലെത്തിയപ്പോൾ കണ്ട കാഴ്ചയെന്താണെന്നോ? മൺകലം തുറന്നുകിടക്കുന്നു! മുതിരമണികളൊന്നും കാണാനുമില്ല!

അപ്പോൾ ഒരു കുതിരക്കാരൻ കുതിരയെയുംകൊണ്ട് അതുവഴി വന്നു. ഉടനെ മാതയ്യൻ കുതിരക്കാരനോട് ചോദിച്ചു:

"കുതിരക്കാരാ, കുതിരക്കാരാ
മുതിരമണികളെടുത്തുവോ നീ?
കുതിരയ്ക്കു തീറ്റകൊടുക്കുവാനായ്
മുതിരമണികളെടുത്തുവോ നീ?"

അപ്പോൾ കുതിരക്കാരൻ പറഞ്ഞു: "അയ്യോ, മാതയ്യാ! നിന്റെ മുതിരമണികൾ ഞാൻ തൊട്ടിട്ടേയില്ല. മുതിരക്കച്ചവടക്കാരൻ രുദ്ര

പ്പന്റെ കടയിൽനിന്ന് മുതിരവാങ്ങിയാണ് ഞാൻ കുതിരയെ തീറ്റി പ്പോറ്റുന്നത്!"

മാതയ്യൻ മുതിരമണികൾ അന്വേഷിച്ചു നടക്കാൻ തുടങ്ങി.

നടന്നുനടന്ന് മാതയ്യൻ ചമ്രവട്ടത്തെത്തിയപ്പോൾ ചമ്രവട്ടത്തെ ഊട്ടുപുരയിൽ കുറേ കുട്ടികൾ ചമ്രംപടിഞ്ഞിരുന്ന് കഞ്ഞിയും മുതിരപ്പുഴുക്കും കഴിക്കുന്നത് കണ്ടു. ഉടനെ മാതയ്യൻ പാചകക്കാരനോട് ചോദിച്ചു:

"കുശിനിക്കാരാ, കുശിനിക്കാരാ
മുതിരമണികളെടുത്തുവോ നീ?
പിള്ളേർക്ക് തീറ്റ കൊടുക്കുവാനായ്
മുതിരമണികളെടുത്തുവോ നീ?"

അപ്പോൾ പാചകക്കാരൻ പറഞ്ഞു: "അയ്യോ, മാതയ്യാ! നിന്റെ മുതിരമണികൾ ഞാൻ തൊട്ടിട്ടേയില്ല. ചമ്രവട്ടത്തപ്പന് വഴിപാടായി കിട്ടുന്ന മുതിരകൊണ്ടാണ് ഞാൻ പിള്ളേരെ പോറ്റുന്നത്."

പെട്ടെന്ന്, നേരത്തെ മയിൽപ്പീലി വാങ്ങിയ കുട്ടിപ്പട്ടേരി അവിടെ വന്നു. അവൻ പറഞ്ഞു: "മാതയ്യാ, മാതയ്യാ, മയിലാട്ടം കാണാനിറങ്ങിയ മുതിരമണികളെ കുറുമ്പന്മാരായ എറുമ്പൻഭൂതങ്ങളാണ് തട്ടിയെടുത്തത്. കുറവൻ പാറയുടെ അടിവാരത്തെ ഭൂതങ്ങളുടെ താവളത്തിലുണ്ട് നിന്റെ കാണാതായ മുതിരമണികൾ!"

കുട്ടിപ്പട്ടേരി, മാതയ്യന് കുറേ വിശേഷപ്പെട്ട മന്ത്രച്ചരടുകളും മന്ത്രക്കല്ലുകളും സമ്മാനിച്ചു. എറുമ്പൻഭൂതങ്ങളെ പേടിപ്പിക്കാനുള്ള സൂത്രവും പറഞ്ഞുകൊടുത്തു. കുട്ടിപ്പട്ടേരിയോട് നന്ദിപറഞ്ഞ് മാതയ്യൻ എറുമ്പൻഭൂതങ്ങളുടെ താവളത്തിലേക്കോടി.

അവിടെച്ചെന്നപ്പോൾ മാതയ്യൻകണ്ടത് എന്തെന്നോ? മുതിരമണികൾ ചവിട്ടിനിന്ന് എറുമ്പൻ ഭൂതങ്ങൾ ആർത്തുവിളിച്ച് നൃത്തംചെയ്യുന്നു! മുതിരമണികളാകട്ടെ കരച്ചിലോടു കരച്ചിലും!

കലികയറിയ മാതയ്യൻ എറുമ്പൻഭൂതങ്ങളെ നോക്കി അട്ടഹസിച്ചു: "എറുമ്പൻഭൂതങ്ങളേ, കുറുമ്പൻഭൂതങ്ങളേ വിത്തിനു വെച്ച മുതിരമണികളിൽ ചവിട്ടിയുള്ള ഈ കളി അവസാനിപ്പിച്ച് മുതിരമണികൾ തിരിച്ചുതാ! അല്ലെങ്കിൽ മന്ത്രച്ചരടുകൊണ്ട് കെട്ടി

വരിഞ്ഞ് കടലിൽത്തള്ളും ഈ മാതയ്യൻ!"

പെട്ടെന്ന്, മാതയ്യന്റെ കൈയിലെ മന്ത്രച്ചരടുകൾ എറുമ്പൻഭൂതങ്ങളെ കെട്ടിവരിയാൻ തുടങ്ങി. അതുകണ്ട് എറുമ്പൻഭൂതങ്ങളും അവരുടെ നേതാവായ എറുമ്പപ്പാണ്ടിയും വിരണ്ടു. എറുമ്പപ്പാണ്ടി കൈകൂപ്പിക്കൊണ്ട് പറഞ്ഞു:

"അയ്യയ്യോ! കെട്ടല്ലേ മാതയ്യാ!
കെട്ടിവരിയല്ലേ മാതയ്യാ!
തട്ടിയെടുത്ത മുതിരയെല്ലാം
പട്ടിൽപ്പൊതിഞ്ഞങ്ങ് തന്നേക്കാം!"

അപ്പോഴാണ് എറുമ്പൻഭൂതങ്ങളുടെ ചവിട്ടുകൊണ്ട് മുതിരമണികൾ പരന്നുപോയത് മാതയ്യൻ കാണുന്നത്. കലികയറിയ മാതയ്യൻ എറുമ്പൻഭൂതങ്ങളെ നോക്കി പിന്നെയും അട്ടഹസിച്ചു:

"എന്റെ മുതിരമണികൾ പരത്തിയ നിങ്ങളെ ഈ കല്ലുകൊണ്ട് പരത്തും ഞാൻ!"

പെട്ടെന്ന് മാതയ്യന്റെ കൈയിലെ മാന്ത്രികക്കല്ലുകൾ എറുമ്പൻഭൂതങ്ങളുടെ തലയിൽ ആഞ്ഞുതട്ടാൻ തുടങ്ങി. അതുകണ്ട് എറുമ്പപ്പാണ്ടിയും കൂട്ടുകാരും പിന്നെയും വിരണ്ടു. എറുമ്പപ്പാണ്ടി കൈകൂപ്പിക്കൊണ്ട് പറഞ്ഞു:

"അയ്യയ്യോ! തട്ടല്ലേ മാതയ്യാ!
തട്ടിപ്പരത്തല്ലേ മാതയ്യാ!
പത്തരമാറ്റുള്ള പൊന്മാല
മുത്തുപതിച്ചങ്ങ് തന്നേക്കാം!"

മാതയ്യൻ അത് സമ്മതിച്ചു. അപ്പോൾ മന്ത്രച്ചരടുകളും മന്ത്രക്കല്ലുകളും മാതയ്യന്റെ കൈകളിലേക്ക് മടങ്ങിവന്നു. എറുമ്പപ്പാണ്ടി വേഗം പട്ടിൽ പൊതിഞ്ഞ മുതിരമണികളും മുത്തുപതിച്ച പൊന്മാലയും മാതയ്യന് കൊടുത്തു.

മാതയ്യന് സന്തോഷമായി. അവൻ വേഗം മാതമംഗലത്തേക്ക് പുറപ്പെട്ടു. അപ്പോൾ, വഴിയിൽവെച്ച് കുതിരക്കാരനെയും പാചകക്കാരനെയും മാതയ്യൻ കണ്ടുമുട്ടി. മാതയ്യൻ രണ്ടുപേരോടും മാപ്പു ചോദിച്ചു.

പാവത്താനായ മാതയ്യൻ എറുമ്പൻഭൂതങ്ങളെ പേടിപ്പിച്ച്

പട്ടിൽ പൊതിഞ്ഞ മുതിരമണികളും മുത്തുപതിച്ച പൊന്മാല യുമായി വീട്ടിൽ വന്നിരിക്കുന്നതുകണ്ട് എല്ലാവർക്കും സന്തോ ഷമായി. അവർ ഉറക്കെ പൊട്ടിച്ചിരിക്കാൻ തുടങ്ങി.

മാതയ്യനോട് മിണ്ടാതെ മയിലാട്ടം കാണാൻ പോയതുകൊ ണ്ടാണ് ആകൃതി മാറിപ്പോയതെന്ന് മുതിരമണികൾക്ക് മനസി ലായി. അവർ പിന്നീട് എങ്ങോട്ടും ഓടിപ്പോയിട്ടില്ല. അങ്ങനെ യാണത്രെ, മുതിരമണികൾ ഇന്ന് നാം കാണുന്ന രീതിയിലായ ത്!

7

ചിമ്പുമുയലും ജലദേവതയും!

പണ്ടുപണ്ട് കോരപ്പുഴയുടെ തീരത്ത് ഒരു മുയൽ പാർത്തിരുന്നു. ചിമ്പു എന്നായിരുന്നു അവന്റെ പേര്.

ഒരുദിവസം ചിമ്പുമുയലിന് കുറെ കാരറ്റ് കിട്ടി. 'ഹായ്! നല്ല ഇളം കാരറ്റ്! ഇത് വീട്ടിൽ കൊണ്ടുപോയി കുട്ടികൾക്ക് കൊടുക്കാം' ചിമ്പു വിചാരിച്ചു. അവൻ കാരറ്റുമായി വീട്ടിലേക്ക് നടന്നു.

അപ്പോഴാണ് ഒരു പാവം പെൺകുട്ടി അതുവഴി വന്നത്. പെൺകുട്ടി വിഷമത്തോടെ ചിമ്പുമുയലിനോട് പറഞ്ഞു:

"തിന്നാനൊന്നും കിട്ടാതെ
വയറു വിശന്നു പൊരിയുന്നു!
അതിനാൽ നല്ലൊരു കാരറ്റ്
മുയലമ്മാവാ തന്നാലും!"

പെൺകുട്ടിയുടെ സങ്കടംകണ്ട് ചിമ്പുമുയലിന് അലിവുതോന്നി. അവൻ വേഗം ഒരു കാരറ്റ് ആ പെൺകുട്ടിക്ക് കൊടുത്തു.

പെൺകുട്ടി കാരറ്റ് വാങ്ങിത്തിന്നു. എന്നിട്ട് ചിമ്പുവിനോട് നന്ദി പറഞ്ഞ് അവിടെനിന്നു പോയി.

അപ്പോൾ മരംവെട്ടുകാരൻ മാരിയപ്പൻ മഴുവുമായി അതുവഴി വന്നു. ചിമ്പുമുയലിന്റെ കൈയിലെ കാരറ്റുകണ്ട് മാരിയപ്പന് കൊതിയായി. അത്യാഗ്രഹിയായ മാരിയപ്പൻ ചിമ്പുമുയ

ലിനെ വഴിയിൽ തടഞ്ഞുനിർത്തി. എന്നിട്ട് പറഞ്ഞു:

"കള്ളച്ചാരാം മുയലച്ചാ
കാരറ്റെല്ലാം തന്നാലും!
കറുമുറെ കറുമുറെ തിന്നാനായ്
കാരറ്റെല്ലാം തന്നാലും!"

അപ്പോൾ ചിമ്പുമുയൽ പറഞ്ഞു:

"ഹയ്യോ, മാരിയപ്പാ! കുഞ്ഞുങ്ങൾക്ക് കൊടുക്കാൻവേണ്ടി ഞാൻ കൊണ്ടുപോകുന്ന കാരറ്റാണിത്. ഇനി ഇത് ആർക്കും തരാൻ തികയില്ല."

അതുകേട്ട് ദേഷ്യംവന്ന മാരിയപ്പൻ എന്തു ചെയ്തെന്നോ? മഴുകൊണ്ട് ചിമ്പുമുയലിന്റെ മൂക്കത്ത് ഒറ്റ തട്ടുകൊടുത്തു!

പാവം, ചിമ്പുമുയൽ! അവൻ മൂക്കുമുറിഞ്ഞ് കോരപ്പുഴയുടെ തീരത്ത് മലർന്നടിച്ചു വീണ് കരയാൻ തുടങ്ങി. മാരിയപ്പനാകട്ടെ കാരറ്റ് 'കറുംമുറും' കടിച്ചുതിന്നുകൊണ്ട് മരംവെട്ടാൻ പോയി.

ചിമ്പുവിന്റെ കരച്ചിൽകേട്ട ഒരു പെൺകുട്ടി അവിടെ വന്നു. ആരാണെന്നോ? ചിമ്പു നേരത്തേ കാരറ്റ് കൊടുത്ത അതേ പെൺകുട്ടിതന്നെ. ഒരുനിമിഷം! അവൾ പെട്ടെന്ന് ജലദേവത യായി മാറി. ചിമ്പുമുയൽ അമ്പരന്നു. ജലദേവത ചിമ്പുവിനെ ആശ്വസിപ്പിച്ചുകൊണ്ട് പറഞ്ഞു:

"ചിമ്പുമുയലേ കരയല്ലേ,
കോരപ്പുഴയുടെ ദേവത ഞാൻ!
കുട്ട നിറച്ചും കാരറ്റ്
മാരിയപ്പൻ നിനക്കു തരും!"

എന്നിട്ട്, ജലദേവത ചിമ്പുമുയലിന്റെ നെറുകയിൽ തലോടി. പെട്ടെന്ന് ചിമ്പുമുയലിന്റെ മുറിവുണങ്ങി! അവൻ ജലദേവതയോട് നന്ദിപറഞ്ഞ് വീട്ടിലേക്കു പോയി.

ഈ സമയം കാട്ടിലെത്തിയ മാരിയപ്പൻ മരംവെട്ടാൻ തുടങ്ങി. പക്ഷേ, എത്ര വെട്ടിയിട്ടും മരത്തിൽ ചെറിയൊരു മുറിപ്പാടുപോലും ഉണ്ടായില്ല. അതോടെ മാരിയപ്പന് പേടിയായി.

'മഴുവിൽ ഭൂതം കയറിയിട്ടുണ്ടാകും!' മാരിയപ്പൻ വിചാരിച്ചു. അവൻ വേഗം മഴു പുഴയിലേക്ക് വലിച്ചെറിഞ്ഞു. എന്നിട്ട് വെള്ളത്തിലിറങ്ങി കൈയും കാലും കഴുകാൻ തുടങ്ങി.

പെട്ടെന്ന് മാരിയപ്പന്റെ കാലിൽ ഒരു മുതല പിടികൂടി. മാരിയപ്പൻ "ഹയ്യോ! ഹമ്മോ!" എന്നുറക്കെ നിലവിളിച്ചു. ഉടൻതന്നെ ജലദേവത അവിടെ പ്രത്യക്ഷപ്പെട്ടു.

ജലദേവത മാരിയപ്പനോടു പറഞ്ഞു:

"ചിമ്പുമുയലിന്റെ കാരറ്റ്
തട്ടിയെടുത്തൊരു ധിക്കാരീ
കുട്ടനിറച്ചും കാരറ്റ്
ചിമ്പുവിനുടനെ നൽകേണം!"

"അയ്യോ! നൽകാമേ!" മാരിയപ്പൻ കരഞ്ഞുകൊണ്ട് സമ്മതിച്ചു. ജലദേവത പിന്നെയും പറഞ്ഞു:

"ഞാൻ വളർത്തും മരങ്ങളെ
വെട്ടിവീഴ്ത്തും ധിക്കാരീ!
മാപ്പുപറയുക അല്ലെങ്കിൽ
നിന്നെത്തിന്നും മുതലച്ചാർ!"

മാരിയപ്പൻ കിടുകിടാ വിറച്ച് ജലദേവതയോട് മാപ്പുപറഞ്ഞു. അപ്പോൾ ജലദേവത മാരിയപ്പനെ അനുഗ്രഹിച്ചു. എന്നിട്ട് മറഞ്ഞു. അതോടെ മുതലയും എങ്ങോ പോയിമറഞ്ഞു.

മാരിയപ്പൻ വേഗം ഒരു കുട്ട കാരറ്റുമായി ചിമ്പുമുയലിന്റെ വീട്ടിലേക്കോടി. കാരറ്റ് ചിമ്പുവിന്റെ മുന്നിൽവെച്ചിട്ട് മാരിയപ്പൻ പറഞ്ഞു:

"ചിമ്പുമുയലേ തന്നീടാം
കുട്ടനിറച്ചും കാരറ്റ്!
കുറ്റമെല്ലാം പൊറുക്കേണം
കള്ളത്തരമിനി ചെയ്യില്ലാ!"

ചിമ്പുമുയൽ മാരിയപ്പന് മാപ്പുകൊടുത്തു. ജലദേവതയാണ് മാരിയപ്പനെ നല്ലവനാക്കിയതെന്ന് ചിമ്പുവിന് മനസിലായി.

പിന്നീട്, മാരിയപ്പൻ നല്ലവനായി ജീവിച്ചു. തന്നെയുമല്ല, കോരപ്പുഴയുടെ തീരത്ത് അവൻ ധാരാളം മരങ്ങൾ വെച്ചുപിടിപ്പിക്കുകയും ചെയ്തു.

മാരിയപ്പൻ മഴുകൊണ്ട് തട്ടിയപ്പോഴുണ്ടായ മുറിപ്പാടാണത്രേ ഇന്നും മുയലുകളുടെ മൂക്കത്ത് കാണുന്നത്!

8

ആളിന്മേൽ ആള്!

പണ്ടുപണ്ട് ആളൂരു ദേശത്തെ ആഴ്‌വാഞ്ചേരി ഇല്ലത്ത് ഒരു കുഞ്ചുനമ്പൂതിരി പാർത്തിരുന്നു. ശുദ്ധപാവത്താനായിരുന്നു കുഞ്ചുനമ്പൂതിരി.

ഒരുദിവസം കുഞ്ചുനമ്പൂതിരിക്ക് ഒരു വാഴത്തോട്ടമുണ്ടാക്കണമെന്നു തോന്നി. അങ്ങനെ നമ്പൂതിരി വേലക്കാരെ വിളിപ്പിച്ച് തൊടിയിൽ കുറെ വാഴ നട്ടു.

ഏതാനും മാസങ്ങൾ കഴിഞ്ഞപ്പോൾ വാഴകൾക്കെല്ലാം കുലവന്നു. കുലകൾ മൂത്തു തുടങ്ങിയപ്പോൾ കുഞ്ചുനമ്പൂതിരിക്കൊരു സംശയം! രാത്രി കള്ളന്മാർ വന്ന് കുല വെട്ടിയാലോ?

കുഞ്ചുനമ്പൂതിരി കാര്യസ്ഥൻ കേളുനായരെ രാത്രി വാഴത്തോട്ടത്തിനു കാവലിരുത്തി. കള്ളന്മാർ വന്നാൽത്തന്നെ വിളിച്ചുണർത്തണമെന്ന് കാര്യസ്ഥൻ കേളുനായരോട് പ്രത്യേകം ചട്ടം കെട്ടുകയും ചെയ്തു. കാര്യസ്ഥൻ കേളുനായരാകട്ടെ മഹാപേടിത്തൊണ്ടനും കുഞ്ചുനമ്പൂതിരിയെപ്പോലെതന്നെ ഒരു ശുദ്ധപാവത്താനുമായിരുന്നു.

അങ്ങനെയിരിക്കെ നിലാവുള്ള രാത്രിയിൽ ഒരു ഉയരംകുറഞ്ഞ കള്ളൻ വാഴത്തോട്ടത്തിലെത്തി. അതുകണ്ട് കാര്യസ്ഥൻ കേളുനായർ ഓടിച്ചെന്ന് കുഞ്ചുനമ്പൂതിരിയെ വിളിച്ചുണർത്തി.

അപ്പോൾ കുഞ്ചുനമ്പൂതിരി ചാടിയെണീറ്റ് ഒരു കുറുവടിയും കൈയിലെടുത്ത് നേരെ വാഴത്തോട്ടത്തിലേക്കോടി. എന്നിട്ട് ഉറക്കെ വിളിച്ചുപറഞ്ഞു:

"ആരാ നമ്മുടെ തോട്ടത്തിൽ?
നേരം തെറ്റിയ നേരത്ത്!
കുലവെട്ടാനോ പരിപാടി?
തലവെട്ടും ഞാൻ! ഓടിക്കോ!"

കുഞ്ചുനമ്പൂതിരിയുടെ അട്ടഹാസംകേട്ട് കുലവെട്ടാൻ വന്ന കള്ളൻ പേടിച്ച് സ്ഥലംവിട്ടു. അപ്പോൾ കുഞ്ചുനമ്പൂതിരി കാര്യസ്ഥൻ കേളുനായരെ കാവലിരുത്തി വീണ്ടും ഇല്ലത്തേക്ക് ഉറങ്ങാൻ പോയി.

കുറച്ചുകഴിഞ്ഞപ്പോൾ ഒരു ഉയരംകൂടിയ കള്ളൻ വാഴത്തോട്ടത്തിലെത്തി. അതുകണ്ട് കാര്യസ്ഥൻ കേളുനായർ ഓടിച്ചെന്ന് കുഞ്ചുനമ്പൂതിരിയെ വീണ്ടും വിളിച്ചുണർത്തി.

അപ്പോൾ കുഞ്ചുനമ്പൂതിരി ചാടിയെണീറ്റ് ഒരു കുറുവടിയും കൈയിലെടുത്ത് വീണ്ടും വാഴത്തോട്ടത്തിലേക്കോടി. എന്നിട്ടുറക്കെ വിളിച്ചുപറഞ്ഞു:

"ആരാ നമ്മുടെ തോട്ടത്തിൽ?
നേരം തെറ്റിയ നേരത്ത്!
കുലവെട്ടാനോ പരിപാടി?
തലവെട്ടും ഞാൻ! ഓടിക്കോ!"

കുഞ്ചുനമ്പൂതിരിയുടെ അട്ടഹാസംകേട്ട് കുലവെട്ടാൻവന്ന ആ കള്ളനും പേടിച്ച് സ്ഥലംവിട്ടു! അപ്പോൾ കുഞ്ചുനമ്പൂതിരി കാര്യസ്ഥൻ കേളുനായരെ കാവലിരുത്തി വീണ്ടും ഇല്ലത്തേക്ക് ഉറങ്ങാൻ പോയി.

എന്നാൽ, പാതിരയായപ്പോൾ ആ രണ്ടു കള്ളന്മാരും ഒരുമിച്ച് വാഴത്തോട്ടത്തിലെത്തി. വാഴകൾക്ക് നല്ല ഉയരമുള്ളതുകൊണ്ട് ഉയരം കുറഞ്ഞ കള്ളൻ ഉയരംകൂടിയ കള്ളന്റെ തോളിൽ കയറിനിന്ന് കുലവെട്ടാൻ തുടങ്ങി.

പാതിമയക്കത്തിലായിരുന്ന കാര്യസ്ഥൻ കേളുനായർ പെട്ടെന്ന് ഞെട്ടി കണ്ണുതുറന്നപ്പോൾ ആളിന്മേൽ ആളുനിന്ന് കുലവെട്ടുന്നതാണ് കണ്ടത്. ഉടനെ കാര്യസ്ഥൻ കേളുനായർ ഓടിച്ചെന്ന് കുഞ്ചുനമ്പൂതിരിയെ വിളിച്ചുണർത്തി. എന്നിട്ട്, ആളി

ന്മേലാള് വന്ന് കുല വെട്ടുന്ന കാര്യം നമ്പൂതിരിയോടു പറഞ്ഞു.

അപ്പോൾ, കിടന്ന കിടപ്പിൽ കിടന്ന് നമ്പൂതിരി പറഞ്ഞു:

"ആളിന്മേലാളോ! അതെന്തൊരാള്!
കേളു നീ പോഴത്തം ചൊല്ലിടാതെ!
ആളിന്മേലാളെന്ന പേരിലില്ലാ
ആളൂരുനാട്ടിലൊരാളുപോലും!"

എന്നിട്ട് കുഞ്ചുനമ്പൂതിരി കിടക്കയിൽ തിരിഞ്ഞുകിടന്ന് ഉറങ്ങാൻ തുടങ്ങി. കാര്യസ്ഥൻ കേളുനായരുടെ കാര്യം പിന്നെ പറയണോ? കുറെ ദിവസമായി ഉറക്കം നഷ്ടപ്പെട്ടിരുന്ന അയാളും ഒരിടത്ത് ചുരുണ്ടുകൂടിക്കിടന്ന് ഉറക്കം പിടിച്ചു. ഈ തക്കത്തിൽ രണ്ടു കള്ളന്മാരും ചേർന്ന് വാഴക്കുലകളെല്ലാം വെട്ടിയെടുത്ത് സ്ഥലംവിട്ടു!

പിറ്റേന്ന് കുഞ്ചുനമ്പൂതിരിയും കാര്യസ്ഥൻ കേളുനായരും ഉറക്കമുണർന്ന് വാഴത്തോട്ടത്തിൽ ചെന്നു. അപ്പോഴോ? ഒരു വാഴക്കുലപോലും അവർക്ക് അവിടെ കാണാൻ കഴിഞ്ഞില്ല! ഉടനെ നമ്പൂതിരി കാര്യസ്ഥൻ കേളുനായരോട് പറഞ്ഞു:

"ആളൂരുനാട്ടിൽ, അയൽനാട്ടിലോ
ആളിന്മേലാളെന്നൊരാളുണ്ടെങ്കിൽ
ആവുന്ന വേഗം പിടിച്ചുകെട്ടൂ
ആയിരം ചാട്ടയടി കൊടുക്കൂ!"

അതുകേട്ട് കാര്യസ്ഥൻ കേളുനായർ ചാട്ടയും വടിയുമെടുത്ത് കുഞ്ചുനമ്പൂതിരിയുടെ പിന്നാലെ പുറപ്പെട്ടു. എന്നിട്ട് ആളിന്മേലാളെയും തിരഞ്ഞ് ആളൂരുദേശം മുഴുവൻ അരിച്ചുപെറുക്കി!

പക്ഷേ, അന്തിയാകുവോളം നടന്നിട്ടും അവർക്ക് അങ്ങനെയൊരു വിചിത്രമനുഷ്യനെ കണ്ടെത്താനായില്ല. ഒരാളുടെ തോളിൽ മറ്റൊരാൾ കയറിനിന്നതാണ് ആളിന്മേലാളെന്ന് ആ പാവത്താന്മാർക്കുണ്ടോ മനസിലാവുന്നു! ഒടുവിൽ കുഞ്ചുനമ്പൂതിരിയും കാര്യസ്ഥൻ കേളുനായരും നിരാശരായി ഇല്ലത്തേക്കു തന്നെ മടങ്ങി.

9

കണ്ണട താങ്ങിയ കാതും മൂക്കും!

പണ്ടുപണ്ട് കൈപ്പട്ടൂരിൽ ഒരു പാവം കൈനോട്ടക്കാരൻ പാർത്തിരുന്നു. കോപ്പുണ്ണി എന്നായിരുന്നു ആ കൈനോട്ടക്കാരന്റെ പേര്. ആളുകളുടെ കൈനോക്കി ഫലം പറഞ്ഞുകിട്ടുന്ന പണംകൊണ്ട് കോപ്പുണ്ണിയും കുടുംബവും സന്തോഷത്തോടെ കഴിഞ്ഞുവന്നു.

അങ്ങനെയിരിക്കെ, ഒരുദിവസം കോപ്പുണ്ണിയുടെ കണ്ണുകൾക്ക് കാഴ്ച കുറഞ്ഞു. അപ്പോൾ കോപ്പുണ്ണിക്ക് കൈനോക്കാൻ പറ്റാതായി. അങ്ങനെ ജീവിക്കാൻ പണമില്ലാതെ കോപ്പുണ്ണിയും കുടുംബവും വല്ലാതെ വിഷമിച്ചു.

അതുകണ്ട് കോപ്പുണ്ണിയുടെ കണ്ണുകൾ സങ്കടത്തോടെ കരയാൻ തുടങ്ങി. അപ്പോൾ കണ്ണുകളുടെ കൂട്ടുകാരനായ നാവ് ചോദിച്ചു:

"കണ്ണുകളേ, പ്രിയ കണ്ണുകളേ
കരയുവതെന്തേ കണ്ണുകളേ?
കരഞ്ഞു നേരംകളയാതെ
കാര്യം പറയുക എന്നോട്!"

അപ്പോൾ കണ്ണുകൾ കാഴ്ചകുറഞ്ഞ കാര്യം നാവിനോട് പറഞ്ഞു. അതുകേട്ടപ്പോൾ നാവ് കണ്ണുകളെ ആശ്വസിപ്പിച്ചു. എന്നിട്ട് കൈകളോട് പറഞ്ഞു:

"അയ്യയ്യയ്യോ! കൈയുകളേ
കണ്ണിൻ കാഴ്ച കുറഞ്ഞേപോയ്!
കണ്ണൻ ഡോക്ടറെക്കണ്ടിട്ട്
കണ്ണട വാങ്ങൂ കൈയുകളേ!"

ഉടനെ കൈകൾ കണ്ണൻ ഡോക്ടറുടെ കൈയിൽനിന്ന് കണ്ണടവാങ്ങി കണ്ണുകൾക്ക് കൊടുത്തു. അപ്പോൾ കണ്ണുകൾക്ക് കാഴ്ച കിട്ടി.

പക്ഷേ, കണ്ണട തന്റെമേൽ കാൽനീട്ടിവെച്ചത് അഹങ്കാരിയായ ഇടതു കാതിന് തീരെ ഇഷ്ടമായില്ല. അവൻ ദേഷ്യത്തിൽ പറഞ്ഞു:

"കേൾക്കൽ മാത്രം എൻജോലി
മറ്റൊരു പണി ഞാൻ ചെയ്യില്ല!
അതിനാൽ കണ്ണട താങ്ങീടാൻ
ആളെ വേറെ നോക്കിക്കോ!"

അതുകേട്ടപ്പോൾ കണ്ണുകൾ മറുപടിയൊന്നും പറഞ്ഞില്ല. ഉടനെ ഇടതുകാത് വലതുകാതിനോട് പറഞ്ഞു:

"കൂട്ടുകാരാ! നീ വേഗം
കണ്ണുകളോട് പറഞ്ഞാലും!
കണ്ണട താങ്ങും അടിമപ്പണിയിത്
പറ്റില്ലെന്നു പറഞ്ഞാലും!"

ഉടനെ വലതു കാതും കണ്ണട താങ്ങുന്ന പ്രശ്നമില്ലെന്ന് കണ്ണുകളോട് പറഞ്ഞു. പക്ഷേ, അപ്പോഴും കണ്ണുകൾ മറുപടിയൊന്നും പറഞ്ഞില്ല.

കണ്ണുകൾ മിണ്ടാതെയും കണ്ണടമാറ്റാതെയും ഇരിക്കുന്നതു കണ്ട് കാതുകൾക്ക് പിന്നെയും ദേഷ്യം വന്നു. അവർ മൂക്കിനോട് പറഞ്ഞു:

"കൂട്ടുകാരാ! നീ വേഗം
കണ്ണുകളോട് പറഞ്ഞാലും!
കണ്ണട താങ്ങും അടിമപ്പണിയിത്
പറ്റില്ലെന്നു പറഞ്ഞാലും!"

മൂക്ക് അത് സമ്മതിച്ചു. എന്നിട്ട്, കണ്ണുകളോട് പറഞ്ഞു:

"ശ്വസിക്കലാണെൻ ജോലി
മറ്റൊരു പണി ഞാൻ ചെയ്യില്ല!

അതിനാൽ കണ്ണട താങ്ങീടാൻ
ആളെ വേറെ നോക്കിക്കോ!"

കാതുകളോടൊപ്പം മൂക്കും കണ്ണട താങ്ങുകയില്ലെന്നു പറഞ്ഞപ്പോൾ കണ്ണുകൾക്ക് സങ്കടമായി. അവർ വരുന്നതുവരട്ടെ എന്നുകരുതി കൈകളോട് പറഞ്ഞു:

"കാതും മൂക്കും പറഞ്ഞതെല്ലാം
കേട്ടില്ലേ, പ്രിയ കൈയുകളേ?
അതിനാൽ വഴക്കൊഴിവാക്കാനായ്
നമുക്ക് കണ്ണട മാറ്റീടാം!"

അപ്പോൾ, കണ്ണട മാറ്റിയാൽ ഉണ്ടാകാൻപോകുന്ന ആപത്തിനെക്കുറിച്ച് നാവ് എല്ലാവർക്കും മുന്നറിയിപ്പ് കൊടുത്തു. പക്ഷേ, എന്തുവന്നാലും കണ്ണട താങ്ങുകയില്ലെന്ന് കാതും മൂക്കും തറപ്പിച്ചുപറഞ്ഞു. അപ്പോൾ കൈകൾ കണ്ണട എടുത്തുമാറ്റി. ഉടനെ കാഴ്ച കുറഞ്ഞ കണ്ണുകൾ 'ചറപറ' കരയാൻ തുടങ്ങി. അതുകണ്ട് കാതും മൂക്കും സന്തോഷത്തോടെ പറഞ്ഞു:

"ഹയ്യട! ഹയ്യട! കള്ളക്കണ്ണട
നമുക്കിനിമേലിൽ താങ്ങേണ്ടാ!
കണ്ണുകൾ ചൊരിയും കണ്ണീർകണ്ട്
തുള്ളിച്ചാടി രസിച്ചീടാം!"

പെട്ടെന്ന്, കൈനോട്ടക്കാരൻ കോപ്പുണ്ണി കണ്ണുകാണാതെ തപ്പിത്തടഞ്ഞ് 'ബ്ധിം!' എന്ന് ഒറ്റവീഴ്ച! അപ്പോൾ എന്തുണ്ടായെന്നോ? കാതുകൾ മുള്ളിൽ തട്ടിമുറിഞ്ഞു! മൂക്ക് കല്ലിൽതട്ടി ചമ്മന്തിയായി! പെട്ടെന്ന് അടഞ്ഞു പോയതുകൊണ്ട് കണ്ണുകൾക്ക് പരിക്കൊന്നും പറ്റിയില്ല, കാതും മൂക്കും വേദന സഹിക്കാനാവാതെ 'ങീ.... ങീ....' എന്നുറക്കെ കരയാൻ തുടങ്ങി.

കണ്ണട താങ്ങില്ലെന്ന് വാശിപിടിച്ചതുകൊണ്ടാണ് ഇങ്ങനെ ഒരു ആപത്തു വന്നതെന്ന് കാതിനും മൂക്കിനും മനസിലായി. അവർ വേഗം കണ്ണുകളോട് പറഞ്ഞു:

"അയ്യയ്യയ്യോ! കണ്ണുകളേ
കണ്ണട ഞങ്ങൾ താങ്ങീടാം!
നമുക്കിനിമേലിൽ തോഴന്മാരായ്
ഒത്തൊരുമിച്ചു കഴിഞ്ഞീടാം!"

അതുകേട്ടപ്പോൾ കണ്ണുകൾക്കും കൈകൾക്കും നാവിനുമെല്ലാം സന്തോഷമായി. കൈകൾ കാതിനും മൂക്കിനും മരുന്നു പുരട്ടിക്കൊടുത്തു. മുറിവുണങ്ങിയപ്പോൾ കണ്ണുകൾക്ക് കണ്ണടയും വെച്ചുകൊടുത്തു. കാതും മൂക്കുമാകട്ടെ സന്തോഷത്തോടെ കണ്ണട താങ്ങാനും തുടങ്ങി.

അങ്ങനെ കണ്ണുകൾക്ക് കാഴ്ച തിരിച്ചുകിട്ടി. അതോടെ കൈനോട്ടക്കാരൻ കോപ്പുണ്ണിയും കുടുംബവും പഴയപോലെ സന്തോഷത്തോടെ ജീവിക്കാനും തുടങ്ങി.

10

ദുർമുഖനും ദണ്ഡയ്യനും

പണ്ടുപണ്ട് ഒരു കാട്ടിൽ കുറേ വവ്വാലുകൾ പാർത്തിരുന്നു. അക്കാലത്ത് വവ്വാലുകളൊന്നും തലകീഴായി തൂങ്ങിക്കിടക്കുമായിരുന്നില്ല. അവർ പകൽസമയത്ത് പുറത്തിറങ്ങുകയും പക്ഷികളെപ്പോലെ കാലുകൊണ്ട് നടക്കുകയുമൊക്കെ ചെയ്യുമായിരുന്നു.

ദുർമുഖൻ എന്നുപേരുള്ള ഒരു വവ്വാലായിരുന്നു അവരുടെ നേതാവ്. ദുർമുഖനും അവന്റെ കൂട്ടുകാരായ വവ്വാലുകളും മഹാ അഹങ്കാരികളും പരിഹാസികളുമായിരുന്നു. അവർ എപ്പോഴും കാട്ടിലെ മറ്റുജീവികളെ കളിയാക്കുകയും ഭയപ്പെടുത്തുകയുമൊക്കെ ചെയ്യും.

അങ്ങനെയിരിക്കെ ഒരിക്കൽ ദൂരെ ഒരു കാട്ടിൽ സിദ്ധന്മാരായ കുറേ മുനിമാർ പാർക്കുന്ന വിവരം ദുർമുഖൻ വവ്വാൽ അറിഞ്ഞു. 'അവരുടെ അടുത്തുചെന്ന് ഏതെങ്കിലുമൊരു വരം വാങ്ങണം. എന്നിട്ട് മറ്റുജീവികളെയെല്ലാം കൂടുതൽ പരിഹസിക്കുകയും ഭയപ്പെടുത്തുകയും ചെയ്യണം!'

ഇങ്ങനെ വിചാരിച്ച് ദുർമുഖൻ വവ്വാൽ മുനിമാർ താമസിക്കുന്ന കാട്ടിലേക്കു പറന്നു. കാടുകൾ കടന്ന് ദുർമുഖൻ വവ്വാൽ മുനിമാർ പാർക്കുന്ന മുനിക്കാട്ടിലെത്തി. അവിടെ ചെന്നപ്പോൾ കഴുത്തോളം വളർന്ന ചിതൽപ്പുറ്റിനുള്ളിൽ തപസ്സു ചെയ്യുകയാ

യിരുന്നു സാമയ്യൻ മുനി. ദുർമുഖൻ വവ്വാൽ വേഗം സാമയ്യനോട് പറഞ്ഞു:

"തപസുചെയ്യും സാമയ്യാ
എനിക്ക് നല്ലൊരു വരമരുളൂ!
മറ്റുള്ളവരെ ഭയപ്പെടുത്താ
നുതകും നല്ലൊരു വരമരുളൂ!"

ദുർമുഖൻ വവ്വാൽ മഹാ അഹങ്കാരിയാണെന്ന് സാമയ്യന് മനസിലായി. അതുകൊണ്ട് അദ്ദേഹം അതിനു മറുപടിയൊന്നും പറഞ്ഞില്ല. വരം തരാൻ കഴിവില്ലാത്തതുകൊണ്ടാണ് സാമയ്യൻ മിണ്ടാതിരിക്കുന്നതെന്ന് ദുർമുഖൻ വവ്വാൽ കരുതി. അവൻ സാമയ്യൻ മുനിയെ പരിഹസിച്ച് 'കുലു കുലു'വെന്ന് ചിരിച്ചു. എന്നിട്ട് അവിടെനിന്നും പോയി.

പിന്നീട് താടിയും മുടിയും നീട്ടിവളർത്തി തപസുചെയ്യുന്ന ദാനയ്യൻ മുനിയെ ദുർമുഖൻ വവ്വാൽ കണ്ടു. അവൻ ദാനയ്യനോട് പറഞ്ഞു:

"തപസുചെയ്യും ദാനയ്യാ
എനിക്ക് നല്ലൊരു വരമരുളൂ!
മറ്റുള്ളവരെ ഭയപ്പെടുത്താ
നുതകും നല്ലൊരു വരമരുളൂ!"

ദുർമുഖൻ വവ്വാൽ മഹാ അഹങ്കാരിയാണെന്ന് മനസിലാക്കിയ ദാനയ്യൻ മുനി അതിനു മറുപടിയൊന്നും പറഞ്ഞില്ല. വരം തരാൻ കഴിവില്ലാത്തതുകൊണ്ടാണ് ദാനയ്യനും മിണ്ടാതിരിക്കുന്നതെന്ന് ദുർമുഖൻ വവ്വാൽ കരുതി. അവൻ ദാനയ്യൻ മുനിയെ പരിഹസിച്ച് 'കുലു കുലു'വെന്ന് ചിരിച്ചിട്ട് അവിടെനിന്നും പോയി.

പിന്നീട് മേലാസകലം ചുറ്റിപ്പിണഞ്ഞ വള്ളികൾക്കുള്ളിലിരുന്ന് തപസുചെയ്യുന്ന ഭേദയ്യൻ മുനിയെ ദുർമുഖൻ വവ്വാൽ കണ്ടു. അവൻ ഭേദയ്യനോട് പറഞ്ഞു:

"തപസുചെയ്യും ഭേദയ്യാ
എനിക്ക് നല്ലൊരു വരമരുളൂ!
മറ്റുള്ളവരെ ഭയപ്പെടുത്താ
നുതകും നല്ലൊരു വരമരുളൂ!"

ഭേദയ്യൻ മുനി അതിനു മറുപടിയൊന്നും പറഞ്ഞില്ല. ദുർമുഖൻ വവ്വാൽ ഭേദയ്യൻ മുനിയെയും പരിഹസിച്ചിട്ട് അവിടെനിന്ന് പോയി. പിന്നീട് വൃക്ഷക്കൊമ്പിൽ തലകീഴായിത്തൂങ്ങിക്കിടന്ന് തപസുചെയ്യുന്ന ദണ്ഡയ്യൻ മുനിയെ ദുർമുഖൻ വവ്വാൽ കണ്ടു. ചുറ്റും പക്ഷികളും മൃഗങ്ങളും മുനികുമാരന്മാരും ഭയത്തോടെ കൈകൂപ്പി നിൽക്കുന്നുമുണ്ട്. ഇതൊന്നും കാര്യമാക്കാതെ ദുർമുഖൻ വവ്വാൽ ദണ്ഡയ്യനോട് പറഞ്ഞു:

"തപസുചെയ്യും ദണ്ഡയ്യാ
എനിക്ക് നല്ലൊരു വരമരുളൂ!
മറ്റുള്ളവരെ ഭയപ്പെടുത്താ
നുതകും നല്ലൊരു വരമരുളൂ!"

മറ്റു മുനിമാരെപ്പോലെയായിരുന്നില്ല ദണ്ഡയ്യൻ. വലിയ ദേഷ്യക്കാരനായ അദ്ദേഹം പറഞ്ഞു:

"ഹും അഹങ്കാരി! എന്നെ ശല്യപ്പെടുത്താതെ ഇവിടെനിന്നും പോയില്ലെങ്കിൽ നിന്നെ ഞാൻ ഒരു പാഠം പഠിപ്പിക്കും!"

എന്നാൽ അഹങ്കാരിയായ ദുർമുഖനുണ്ടോ വല്ല കൂസലും? അവൻ ദണ്ഡയ്യൻ മുനിയെപ്പോലെ ഒരു മരത്തിൽ തലകീഴായി കിടന്ന് ഉറക്കെ ചിരിക്കാൻ തുടങ്ങി.

അപ്പോൾ ദണ്ഡയ്യൻ മുനിയൊരു ശാപം നൽകി: "നിനക്കും നിന്റെ വർഗക്കാർക്കും ഇന്നുമുതൽ ഇതുപോലെ തലകീഴായി കിടക്കാൻ മാത്രമേ കഴിയൂ. ആളുകളെ ശല്യം ചെയ്യാനായി പകൽപുറത്തിറങ്ങാൻ കഴിയുകയുമില്ല!"

അന്നുതൊട്ടാണത്രെ വവ്വാലുകൾ തലകീഴായി തൂങ്ങിക്കിടക്കാനും മറ്റുജീവികൾ കാണാതെ രാത്രിയിൽ മാത്രം പുറത്തിറങ്ങാനും തുടങ്ങിയത്!

11

ഉണ്ണിയന്തുവും പന്തുണ്ണിഭൂതവും

പണ്ടുപണ്ട് ഉണ്ടന്നൂരിൽ ഒരു ഉണ്ടക്കാരിയമ്മൂമ്മ പാർത്തിരുന്നു. മറിയം എന്നായിരുന്നു അവരുടെ പേര്. ഉണ്ടക്കച്ചവടം നടത്തിയിരുന്നതുകൊണ്ട് ആളുകൾ അവരെ ഉണ്ടമറിയം എന്നാണ് വിളിച്ചിരുന്നത്. അരിയുണ്ട, പൊരിയുണ്ട, എള്ളുണ്ട തുടങ്ങി ഒട്ടേറെ ഉണ്ടകൾ അവർ ഉണ്ടാക്കി വിറ്റിരുന്നു.

അങ്ങനെയിരിക്കെ, ഉണ്ടമറിയത്തിന് സുഖമില്ലാതായി. അപ്പോൾ, അവരുടെ പേരക്കിടാവായ ഉണ്ണിയന്തു ഉണ്ടയുണ്ടാക്കി വിൽക്കാൻ തുടങ്ങി.

ഒരുദിവസം ഉണ്ണിയന്തു ഉണ്ടനിറച്ച കുട്ടയുമായി ഉണ്ടക്കച്ചവടത്തിനിറങ്ങി. എന്നിട്ട് ഇങ്ങനെ വിളിച്ചുപറഞ്ഞു:

"ഉണ്ടവേണോ നല്ല ഉണ്ടവേണോ?
ശർക്കര ചേർത്തോരുണ്ട വേണോ?
ഉണ്ടന്നൂർക്കാരേ വന്നാട്ടെ
ഉണ്ടകൾ വാങ്ങി തിന്നാട്ടെ!"

ഉണ്ണിയന്തുവിന്റെ ഉണ്ടപ്പാട്ടുകേട്ട് ആളുകൾ ഉണ്ട വാങ്ങാൻ തുടങ്ങി.

അങ്ങനെ നടന്നുനടന്ന് ഉണ്ണിയന്തു ഉണ്ടന്നൂർക്കാടിനടുത്തെത്തി. കാട്ടുവഴിയിലൂടെ നടക്കുമ്പോൾ ദുഷ്ടനായ ഉണ്ടാണ്ടൻഭൂതം അതുവഴി വന്നു. ഉണ്ടാണ്ടൻഭൂതത്തിന്റെ ഉണ്ടക്കണ്ണു

കണ്ട് പാവം ഉണ്ണിയന്തുവിന് പേടിയായി.

ഉണ്ണിയന്തു ഉണ്ടക്കുട്ട താഴെയിട്ട് ഓടെടാ ഓട്ടം! അപ്പോൾ ഉണ്ടാണ്ടൻഭൂതം കുട്ടയിലുണ്ടായിരുന്ന ഉണ്ടകൾ 'കറുമുറും' എന്ന് കടിച്ചു തിന്നു. എന്നിട്ട് കൈവിരലുകൾ നക്കിനുണച്ചു. 'ഹായ്, നല്ല രസം! കുറച്ച് ഉണ്ടകൂടി കിട്ടിയിരുന്നെങ്കിൽ!' ഉണ്ടാണ്ടൻ ഭൂതം വിചാരിച്ചു.

അന്നുരാത്രി ഉണ്ടാണ്ടൻഭൂതം ഉണ്ണിയന്തുവിന്റെ വീടന്വേഷിച്ച് ഉണ്ടന്നൂരിലെത്തി. അപ്പോഴതാ, ഉണ്ണിയന്തുവിന്റെ വീട്ടിൽനിന്ന് ശർക്കരയുരുക്കുന്ന മണം വരുന്നു!

ഉണ്ടാണ്ടൻഭൂതം ആ മണംപിടിച്ച് ഉണ്ണിയന്തുവിന്റെ വീട്ടിലെത്തി. എന്നിട്ട്, അകത്തേക്കു നോക്കി. അപ്പോഴതാ, ഉണ്ണിയന്തു 'ശറശറേ'ന്ന് ഉണ്ടയുരുട്ടി കുട്ട നിറയ്ക്കുന്നു! ഉണ്ടാണ്ടൻ ഭൂതത്തിന് പിന്നെയും കൊതിയായി.

ഉണ്ണിയന്തുവും ഉണ്ടമറിയവും ഉറക്കമായപ്പോൾ ഉണ്ടാണ്ടൻഭൂതം മന്ത്രംചൊല്ലി ഉണ്ടക്കുട്ട തട്ടിയെടുത്തു. എന്നിട്ട് ഉണ്ടയെല്ലാം 'കറുമുറും' എന്ന് കടിച്ചുതിന്ന് കാട്ടിലേക്കു പോയി.

ഉറക്കമുണർന്ന ഉണ്ണിയന്തുവിനും ഉണ്ടമറിയത്തിനും സങ്കടമായി. "ശ്ശെടാ ഉണ്ടയെല്ലാം എവിടെപ്പോയി?" ഉണ്ണിയന്തുവും ഉണ്ടമറിയവും കരഞ്ഞുകൊണ്ട് ഉണ്ടയന്വേഷിക്കുവാൻ തുടങ്ങി.

അന്നുമുതൽ ഉണ്ണിയന്തു ഉണ്ടാക്കിവെക്കുന്ന ഉണ്ടയെല്ലാം ഉണ്ടാണ്ടൻഭൂതം സൂത്രത്തിൽ തട്ടിയെടുക്കുക പതിവായി. അങ്ങനെ ഉണ്ണിയന്തുവിന് ഉണ്ടവിൽക്കാൻ കഴിയാതെയായി.

ഒരുദിവസം ഉണ്ണിയന്തുവും ഉണ്ടമറിയവും വിഷമിച്ചിരിക്കുമ്പോൾ നല്ലവനായ പന്തുണ്ണിഭൂതം അതുവഴി വന്നു. എന്നിട്ട് ഉണ്ണിയന്തുവിനോട് പറഞ്ഞു:

"ഉണ്ടാണ്ടനെന്നൊരു ഭൂതമാണേ
ഉണ്ടയിതെല്ലാം തിന്നുന്നു!
ഉണ്ടാണ്ടനെ തട്ടാൻ ഉണ്ടു വിദ്യ
ഉണ്ടകൊണ്ടുള്ളൊരു മന്ത്രവിദ്യ!"

പന്തുണ്ണിഭൂതം പറഞ്ഞത് മനസിലാകാതെ ഉണ്ണിയന്തു മിഴിച്ചുനിന്നു. അപ്പോൾ പന്തുണ്ണിഭൂതം വിശദീകരിച്ചു:

"ഉണ്ണിയന്തൂ, ഉണ്ണിയന്തൂ, ദുഷ്ടനായ ഉണ്ടാണ്ടൻ ഭൂതമാണ്

നിന്റെ ഉണ്ടയെല്ലാം തട്ടിയെടുക്കുന്നത്. അതിനാൽ ഉണ്ടാണ്ടനെ ഓടിക്കാൻ ഞാൻ നിനക്ക് കുറെ പൊന്തം പൊന്തം ഉണ്ടതരാം. ഇന്നുരാത്രി നീ പലഹാരക്കുട്ടയിൽ ഈ മാന്ത്രിക ഉണ്ടകൾ നിറച്ചുവെക്കണം!" ഇങ്ങനെ പറഞ്ഞ് പന്തുണ്ണിഭൂതം ഉണ്ണി യന്തുവിന് കുറെ പൊന്തം പൊന്തം ഉണ്ട കൊടുത്തിട്ട് മറഞ്ഞു.

ഉണ്ണിയന്തുവിനും ഉണ്ടമറിയത്തിനും സന്തോഷമായി. ഉണ്ണി

യന്തു വേഗം ആ പൊന്തം പൊന്തം ഉണ്ടകൾ പലഹാരക്കുട്ട യിൽ നിറച്ച് ഉറങ്ങാൻ കിടന്നു. പാതിരയായപ്പോൾ ഉണ്ടാ ണ്ടൻഭൂതം അതുവഴി വന്നു. കുട്ടനിറച്ചും ഗമണ്ടൻ ഉണ്ടകൾകണ്ട് ഉണ്ടാണ്ടൻഭൂതത്തിന് കൊതിയായി. അവൻ മന്ത്രംചൊല്ലി ഉണ്ടക്ക ുട്ട തട്ടിയെടുത്തു.

എന്നിട്ട്, ഒരു വലിയ ഉണ്ടയെടുത്ത് ഒറ്റക്കടി! പെട്ടെന്ന് ആ ഉണ്ട ഉണ്ടാണ്ടനേയുംകൊണ്ട് മുകളിലേക്കുയർന്നു. ഉണ്ടാണ്ടൻ പേടിച്ച് കൈകാലിട്ടടിക്കാൻ തുടങ്ങി. അപ്പോൾ ഉണ്ടാണ്ടൻ 'ബ്ധും' എന്ന് ഉണ്ടക്കുട്ടയിൽ വന്നുവീണു!

പൊന്തം പൊന്തം ഉണ്ടകൾ ഉണ്ടാണ്ടനെ മുകളിലേക്കിട്ട് തട്ടാൻ തുടങ്ങി. പലതവണ നിലത്തുവീണ് ഉണ്ടാണ്ടൻ അവശ നായി. അവന് വായ തുറക്കാനോ മന്ത്രം ചൊല്ലാനോ കഴിഞ്ഞി ല്ല. കരയാൻപോലും പറ്റാതെ വിഷമിക്കുന്ന ഉണ്ടാണ്ടനെ കണ്ട് പൊന്തം പൊന്തം ഉണ്ടകൾ ആർത്തുചിരിച്ചു. അപ്പോൾ ഉണ്ടാ ണ്ടന് പിന്നെയും പേടിയായി. അവൻ ഒരുവിധത്തിൽ ഉരുണ്ടു രുണ്ട് കാട്ടിലേക്കു പോയി.

പിന്നീട് ഉണ്ണിയന്തുവിന്റെ ഉണ്ടക്കുട്ട മോഷ്ടിക്കാൻ ഉണ്ടാ ണ്ടൻഭൂതം അതുവഴി വന്നിട്ടേയില്ല. ഉണ്ണിയന്തുവിനും ഉണ്ടമറി യത്തിനും സന്തോഷമായി. അവർ നല്ലവനായ പന്തുണ്ണിഭൂത ത്തോട് നന്ദി പറഞ്ഞു. എന്നിട്ട് പലതരത്തിലുള്ള ഉണ്ടകൾ ഉണ്ടാ ക്കിവിറ്റ് സന്തോഷത്തോടെ ജീവിച്ചു.

ഉണ്ടാണ്ടൻഭൂതം ഓടിപ്പോയതോടെ പൊന്തം പൊന്തം ഉണ്ട കളുടെ മാന്ത്രികശക്തി നഷ്ടപ്പെട്ടു. അപ്പോൾ ഉണ്ണിയന്തു ആ പൊന്തം പൊന്തം ഉണ്ടകൾ എന്തുചെയ്തെന്നോ? അതെല്ലാം ഉണ്ടന്നൂരിലെ ഉണ്ണികൾക്ക് തട്ടിക്കളിക്കാൻ കൊടുത്തു.

ആ പൊന്തം പൊന്തം ഉണ്ടയാണത്രേ ഇന്ന് നമ്മുടെ യൊക്കെ പ്രിയപ്പെട്ട കളിക്കൂട്ടുകാരനായി മാറിയിരിക്കുന്ന പന്ത്!

12

പൊന്മുട്ട കക്കുന്ന കരിമൂർഖൻ!

പണ്ടുപണ്ട് കാക്കശ്ശേരി ദേശത്ത് ആകാശംമുട്ടുന്ന ഒരു തേക്കുമരമുണ്ടായിരുന്നു. ആ തേക്കുമരത്തിന്റെ തെക്കേക്കൊമ്പിൽ ഒരു കാക്കക്കൂടുമുണ്ടായിരുന്നു. ആ കാക്കക്കൂട്ടിൽ ഒരു കാക്കക്കറുമ്പനും കാക്കക്കറുമ്പിയും പാർത്തിരുന്നു.

ഒരുദിവസം കാക്കക്കറുമ്പി തേക്കുമരത്തിന്റെ തെക്കേക്കൊമ്പിലുള്ള കാക്കക്കൂട്ടിൽ മണിമുത്തു പോലൊരു പൊൻമുട്ടയിട്ടു. ആരാരും കാണാതെ ആ പൊന്മുട്ട കാക്കത്തൂവലുകൾകൊണ്ടു മൂടിവച്ചതിനുശേഷം കാക്കക്കറുമ്പനും കാക്കക്കറുമ്പിയും വിളക്കാട്ടുപാടത്ത് തീറ്റതേടിപ്പോയി. കൊക്കുനിറച്ചും കൊത്തിത്തിന്ന് കാക്കക്കറുമ്പനും കാക്കക്കറുമ്പിയും തേക്കുമരത്തിന്റെ തെക്കേക്കൊമ്പിലെത്തി. കാക്കക്കൂട്ടിൽ തലയിട്ടുനോക്കിയപ്പോൾ ആറ്റുനോറ്റിട്ട പൊന്മുട്ട കണ്ടേയില്ല. അയ്യോ! എവിടെപ്പോയി പൊന്മുട്ട? എന്നു പറഞ്ഞുകൊണ്ട് കാക്കക്കറുമ്പനും കാക്കക്കറുമ്പിയും മുഖത്തോടുമുഖം നോക്കി മിഴിച്ചിരുന്നു.

അടുത്തദിവസവും കാക്കക്കറുമ്പി കാക്കക്കൂട്ടിലൊരു പൊന്മുട്ടയിട്ടു. പൊന്മുട്ട കക്കുന്നത് ആരാണെന്നറിയുവാൻ കാക്കക്കറുമ്പനും കാക്കക്കറുമ്പിയും തേക്കുമരത്തിന്റെ വടക്കേക്കൊമ്പിൽ കാക്കക്കണ്ണുംവെച്ച് കാത്തിരുന്നു.

എവിടെനിന്നോ ഇഴഞ്ഞുകയറി വന്ന ഒരു കരിമൂർഖൻ

തേക്കുമരത്തിന്റെ തെക്കേക്കൊമ്പിൽ പത്തിവിടർത്തിയാടുന്നതു കണ്ട് കാക്കക്കറുമ്പനും കാക്കക്കറുമ്പിക്കും ചങ്കുപൊട്ടി. ഇവ നാണല്ലേ പൊന്മുട്ട കക്കുന്ന കരിങ്കള്ളൻ! കാക്കക്കറുമ്പനും കാക്കക്കറുമ്പിയും നോക്കിയിരിക്കേ കരിമൂർഖൻ പൊന്മുട്ടയുമെടുത്ത് തേക്കുമരത്തിന്റെ തെക്കേക്കൊമ്പിൽ നിന്നുമിറങ്ങി മാളത്തിലൊളിച്ചു.

കാക്കക്കറുമ്പനും കാക്കക്കറുമ്പിയും പറന്നുചെന്ന് വെങ്കിടങ്ങിലെ ചെങ്കീരിയണ്ണനെക്കണ്ടു സങ്കടം പറഞ്ഞു.

"കാക്കശ്ശേരി ദേശത്തെ ആകാശം മുട്ടുന്ന തേക്കുമരത്തിന്റെ തെക്കേക്കൊമ്പിലുള്ള കാക്കക്കൂട്ടിൽനിന്നും പൊന്മുട്ട കക്കുന്ന കരിമൂർഖനെയൊന്നു കൊന്നു തരാമോ?"

ചെങ്കീരിയണ്ണൻ പറഞ്ഞു: "തരാം.... തരാം! പക്ഷേ, ആദ്യം എനിക്കൊരു പൂവൻകോഴിയെ കൊണ്ടുവന്നുതാ!" കാക്കക്കറുമ്പനും കാക്കക്കറുമ്പിയും പറന്നുചെന്ന് കോഴിക്കോട്ടങ്ങാടിയിലെ അഴകപ്പച്ചാമിയെ കണ്ടു പറഞ്ഞു: "കാക്കശ്ശേരി ദേശത്തെ ആകാശംമുട്ടുന്ന തേക്കുമരത്തിന്റെ തെക്കേക്കൊമ്പിലുള്ള കാക്കക്കൂട്ടിൽനിന്നും പൊന്മുട്ട കക്കുന്ന കരിമൂർഖനെ കൊല്ലുന്ന വെങ്കിടങ്ങിലെ ചെങ്കീരിയണ്ണനൊരു പൂവൻ കോഴിയെ തരാമോ?"

അഴകപ്പച്ചാമി പറഞ്ഞു: "തരാം.... തരാം! പക്ഷേ, ആദ്യം എനിക്കൊരു കോഴിക്കൂട് കൊണ്ടുവന്നു താ!"

കാക്കക്കറുമ്പനും കാക്കക്കറുമ്പിയും പറന്നുചെന്ന് പുതുമനശ്ശേരിയിലെ കേശവനാശാരിയെക്കണ്ടു പറഞ്ഞു: "കാക്കശ്ശേരി ദേശത്തെ ആകാശംമുട്ടുന്ന തേക്കുമരത്തിന്റെ തെക്കേക്കൊമ്പിലുള്ള കാക്കക്കൂട്ടിൽനിന്നും പൊന്മുട്ട കക്കുന്ന കരിമൂർഖനെ കൊല്ലുന്ന വെങ്കിടങ്ങിലെ ചെങ്കീരിയണ്ണനൊരു പൂവൻ കോഴിയെക്കൊടുക്കുന്ന കോഴിക്കോട്ടങ്ങാടിയിലെ അഴകപ്പച്ചാമിക്കൊരു കോഴിക്കൂടു പണിതുതരാമോ?"

പുതുമനശ്ശേരിയിലെ കേശവനാശാരി പറഞ്ഞു: "തരാം.... തരാം! പക്ഷേ, ആദ്യം എനിക്കൊരു ഈട്ടിത്തടി കൊണ്ടുവന്നു താ!"

കാക്കക്കറുമ്പനും കാക്കക്കറുമ്പിയും പറന്നുചെന്ന് എടമുട്ടത്തെ ഈട്ടിത്തടി കച്ചവടക്കാരൻ കുട്ടാരുവിനെക്കണ്ടു പറഞ്ഞു:

"കാക്കശ്ശേരി ദേശത്തെ ആകാശംമുട്ടുന്ന തേക്കുമരത്തിന്റെ തെക്കേക്കൊമ്പിലുള്ള കാക്കക്കൂട്ടിൽനിന്നും പൊന്മുട്ട കക്കുന്ന കരിമൂർഖനെ കൊല്ലുന്ന വെങ്കിടങ്ങിലെ ചെങ്കീരിയണ്ണനൊരു പൂവൻ കോഴിയെക്കൊടുക്കുന്ന കോഴിക്കോട്ടങ്ങാടിയിലെ അഴകപ്പച്ചാമിക്കൊരു കോഴിക്കൂടു പണിതുതരുന്ന പുതുമനശ്ശേരിയിലെ കേശവനാശാരിക്കൊരു ഈട്ടിത്തടി തരാമോ?"

ഈട്ടിത്തടിക്കച്ചവടക്കാരൻ കുട്ടാരു പറഞ്ഞു: "തരാം.... തരാം! പക്ഷേ, ആദ്യം തടിപിടിക്കാനൊരു കൊമ്പനാനയെക്കൊണ്ടുവന്നുതാ!"

കാക്കക്കറുമ്പനും കാക്കക്കറുമ്പിയും പറന്നുചെന്ന് ആനമലക്കാട്ടിലെ കൊമ്പനാനക്കുട്ടനെക്കണ്ടു പറഞ്ഞു:

"കാക്കശ്ശേരി ദേശത്തെ ആകാശംമുട്ടുന്ന തേക്കുമരത്തിന്റെ തെക്കേക്കൊമ്പിലുള്ള കാക്കക്കൂട്ടിൽനിന്നും പൊന്മുട്ട കക്കുന്ന കരിമൂർഖനെ കൊല്ലുന്ന വെങ്കിടങ്ങിലെ ചെങ്കീരിയണ്ണനൊരു പൂവൻ കോഴിയെക്കൊടുക്കുന്ന കോഴിക്കോട്ടങ്ങാടിയിലെ അഴകപ്പച്ചാമിക്കൊരു കോഴിക്കൂടു പണിതുതരുന്ന പുതുമനശ്ശേരിയിലെ കേശവനാശാരിക്കൊരു ഈട്ടിത്തടി നൽകുന്ന എടമുട്ടത്തെ ഈട്ടിത്തടിക്കച്ചവടക്കാരൻ കുട്ടാരുവിന്റെ ഈർച്ചകമ്പനിയിൽചെന്ന് തടിയൊന്നു പിടിക്കാമോ?"

ആനമലക്കാട്ടിലെ കൊമ്പനാന പറഞ്ഞു: "പിടിക്കാം.... പിടിക്കാം! പക്ഷേ, ആദ്യം എനിക്കൊരു പാപ്പാനെക്കൊണ്ടുവന്നുതാ!"

കാക്കക്കറുമ്പനും കാക്കക്കറുമ്പിയും പറന്നുചെന്ന് പാപ്പിനിശ്ശേരിയിലെ പാപ്പാൻ പപ്പനാവനെ കണ്ടു പറഞ്ഞു: "കാക്കശ്ശേരി ദേശത്തെ ആകാശംമുട്ടുന്ന തേക്കുമരത്തിന്റെ തെക്കേക്കൊമ്പിലുള്ള കാക്കക്കൂട്ടിൽനിന്നും പൊന്മുട്ട കക്കുന്ന കരിമൂർഖനെ കൊല്ലുന്ന വെങ്കിടങ്ങിലെ ചെങ്കീരിയണ്ണനൊരു പൂവൻ കോഴിയെക്കൊടുക്കുന്ന കോഴിക്കോട്ടങ്ങാടിയിലെ അഴകപ്പച്ചാമിക്കൊരു കോഴിക്കൂടു പണിതുതരുന്ന പുതുമനശ്ശേരിയിലെ കേശവനാശാരിക്കൊരു ഈട്ടിത്തടി നൽകുന്ന എടമുട്ടത്തെ ഈട്ടിത്തടിക്കച്ചവടക്കാരൻ കുട്ടാരുവിന്റെ ഈർച്ചകമ്പനിയിൽചെന്ന് തടിപിടിക്കുന്ന ആനമലക്കാട്ടിലെ കൊമ്പനാനയുടെ പാപ്പാനാവാൻ സമ്മതമാണോ?"

"സമ്മതമാണ്! സമ്മതമാണ്!" എന്നു പറഞ്ഞുകൊണ്ട് പാപ്പാൻ പപ്പനാവൻ കാരക്കോലും കൈയിലെടുത്ത് ആനമല ക്കാട്ടിലേക്കു പുറപ്പെട്ടു. പാപ്പാനെക്കണ്ടപ്പോൾ ആനമലക്കാട്ടിലെ കൊമ്പനാന അയാളെയും പുറത്തേറ്റി എടമുട്ടത്തെ ഈട്ടിത്തടി ക്കച്ചവടക്കാരൻ കുട്ടാരുവിന്റെ ഈർച്ചക്കമ്പനിയിലേക്ക് യാത്ര യായി. തടി വലിക്കാനെത്തിയ കൊമ്പനാനയെക്കണ്ടപ്പോൾ തടിക്കച്ചവടക്കാരൻ കുട്ടാരു ഈട്ടിത്തടിയെടുത്ത് കൊമ്പനാ നയ്ക്ക് കൊടുത്തു. കൊമ്പനാന ആ ഈട്ടിത്തടിയും വലിച്ച് പുതുമനശ്ശേരിയിലെ കേശവനാശാരിയുടെ വീട്ടുമുറ്റത്തെത്തി. കേശവനാശാരി കോഴിക്കോട്ടങ്ങാടിയിലെ അഴകപ്പച്ചാമിക്കൊരു കോഴിക്കൂട് പണിതുകൊടുത്തു. കോഴിക്കൂടു കണ്ടപ്പോൾ അഴ കപ്പച്ചാമി അഴകേറിയ ഒരു പൂവൻകോഴിയെ എടുത്ത് വെങ്കിട ങ്ങിലെ ചെങ്കീരിയണ്ണന് കൊടുത്തു. പൂവൻകോഴിയെത്തിന്ന് വയ റുനിറഞ്ഞ വെങ്കിടങ്ങിലെ ചെങ്കീരിയണ്ണൻ കാക്കശ്ശേരി ദേശത്തെ ആകാശംമുട്ടുന്ന തേക്കുമരത്തിന്റെ തെക്കേക്കൊമ്പിലുള്ള കാക്ക ക്കൂട്ടിൽനിന്നും പൊന്മുട്ട കക്കുന്ന കരിമൂർഖനെ കടിച്ചുകുടഞ്ഞ് കാക്കക്കറുമ്പന്റെയും കാക്കക്കറുമ്പിയുടെയും മുന്നിലേക്കിട്ടു.

പൊന്മുട്ട കക്കുന്ന കരിമൂർഖനെ കൊന്നതിലുള്ള സന്തോ ഷംകൊണ്ട് കാക്കക്കറുമ്പനും കാക്കക്കറുമ്പിയും 'കാ.... കാ...'യെന്നു നീട്ടി പാടി കാക്കശ്ശേരി ദേശത്തെങ്ങും പറന്നു നട ന്നു.

13

പൊങ്ങച്ചപ്പാറുവും പൊങ്ങൻഭൂതവും

പണ്ടുപണ്ട് പൊങ്ങണംകരയിൽ ഒരു പൊങ്ങച്ചപ്പാറു പാർത്തിരുന്നു. പൊങ്ങച്ചപ്പാറുവിന്റെ കൈയിൽ കാണാൻ ചന്തമുള്ള ഒരു പൊങ്ങച്ചസഞ്ചിയുമുണ്ടായിരുന്നു.

കൈത്തണ്ടയിൽ പൊങ്ങച്ചസഞ്ചിയുമിട്ട് പൊങ്ങച്ചപ്പാറു പൊങ്ങച്ചത്തോടെ നടക്കുന്നതുകണ്ട് പൊങ്ങണംകരയിലെ പെണ്ണുങ്ങൾ അതിശയിച്ചുനിൽക്കും! അങ്ങനെയിരിക്കെ ഒരുദിവസം നന്നങ്ങാട്ടെ നങ്ങേമക്കുട്ടി പൊങ്ങച്ചപ്പാറുവിനോടു ചോദിച്ചു:

"പൊങ്ങച്ചസഞ്ചിയുമിട്ടിട്ട്
പൊങ്ങച്ചം കാട്ടി നടന്നീടും
പൊങ്ങച്ചപ്പാറു പറയാമോ?
പൊങ്ങച്ചസഞ്ചിയിലെന്തുണ്ട്?"

അപ്പോൾ പൊങ്ങച്ചപ്പാറു വലിയ പൊങ്ങച്ചത്തിൽ പറഞ്ഞു:

"കണ്ണാടി, ചീപ്പ്, ക്യൂട്ടെക്സ്
കണ്മഷി, ലിപ്സ്റ്റിക്, കർച്ചീഫ്
പൗഡറും പിന്നെ മാലകളും
പൊങ്ങച്ചസഞ്ചി നിറച്ചുണ്ട്!"

അതുകേട്ടപ്പോൾ നങ്ങേമക്കുട്ടിക്ക് അതിശയമായി. ഒരുദിവസം പൊങ്ങച്ചപ്പാറു പൊങ്ങച്ചസഞ്ചിയുമിട്ട് പൊങ്ങച്ചത്തോടെ

പടിയിറങ്ങിവരുന്നത് നങ്ങേമക്കുട്ടി കണ്ടു. അപ്പോൾ നങ്ങേമക്കുട്ടി പൊങ്ങച്ചപ്പാറുവിനോട് കുറച്ച് പൗഡർ ചോദിച്ചു. അപ്പോൾ പൊങ്ങച്ചപ്പാറു പറഞ്ഞു:

"വേണ്ടെടി പെണ്ണേ നങ്ങേമേ
പൗഡറൊന്നും തേയ്ക്കേണ്ടാ!
പൗഡറിട്ടൊരു നിന്നെ കണ്ടാൽ
ഭൂതംപോലെ തോന്നിക്കും!"

പൊങ്ങച്ചപ്പാറു പറഞ്ഞതുകേട്ട് നങ്ങേമക്കുട്ടിക്ക് സങ്കടമായി. പക്ഷേ, അവൾ മറുപടിയൊന്നുംപറയാതെ വീട്ടിലേക്കു പോയി. അങ്ങനെയിരിക്കെ, ഒരുദിവസം പൊങ്ങച്ചപ്പാറു പൊങ്ങച്ചസഞ്ചിയുമിട്ട് പൊങ്ങച്ചത്തോടെ പടിയിറങ്ങിവരുന്നത് നങ്ങേമക്കുട്ടി കണ്ടു. അപ്പോൾ നങ്ങേമക്കുട്ടി പൊങ്ങച്ചപ്പാറുവിനോട് കുറച്ച് ലിപ്സ്റ്റിക് ചോദിച്ചു. അപ്പോൾ പൊങ്ങച്ചപ്പാറു പറഞ്ഞു:

"വേണ്ടെടി പെണ്ണേ നങ്ങേമേ
ലിപ്സ്റ്റിക്കൊന്നും തേയ്ക്കേണ്ടാ!
ലിപ്സ്റ്റിക്കിട്ടൊരു നിന്നെ കണ്ടാൽ
ഭൂതംപോലെ തോന്നിക്കും!"

പൗഡറും ലിപ്സ്റ്റിക്കുമെല്ലാം ഉപയോഗിക്കുകയും മറ്റുള്ളവരെ അതിൽനിന്നു വിലക്കുകയും ചെയ്യുന്ന പൊങ്ങച്ചപ്പാറുവിന്റെ സ്വഭാവം കണ്ട് നങ്ങേമക്കുട്ടിക്ക് പിന്നെയും സങ്കടമായി. പക്ഷേ, അവൾ മറുപടിയൊന്നും പറയാതെ വീട്ടിലേക്കു പോയി.

അപ്പോൾ ആ വഴി ഒരു പൊങ്ങൻഭൂതം വന്നു. ഭൂതങ്ങളെ പരിഹസിക്കുന്ന പൊങ്ങച്ചപ്പാറുവിനെ ഒരു പാഠം പഠിപ്പിക്കണമെന്ന് നല്ലവനായ പൊങ്ങൻഭൂതത്തിനു തോന്നി. ഒരുദിവസം നാമം ജപിക്കുന്ന നങ്ങേമക്കുട്ടിയുടെ മുന്നിലേക്ക് പൊങ്ങൻഭൂതം ചാടിവീണു. പൊങ്ങൻഭൂതത്തെ കണ്ട് നങ്ങേമക്കുട്ടിക്ക് പേടിയായി. അപ്പോൾ പൊങ്ങൻഭൂതം പറഞ്ഞു:

"പേടിക്കല്ലേ നങ്ങേമക്കുട്ടീ
പൊങ്ങൻഭൂതമാണു ഞാൻ!
പൊങ്ങച്ചസഞ്ചി നൽകീടാം
നല്ലവളാക്കാം പാറുവിനെ!"

അതുകേട്ടപ്പോൾ നങ്ങേമക്കുട്ടിക്ക് സന്തോഷമായി. അവൾ

വേഗം പൊങ്ങൻഭൂതത്തിന്റെ കൈയിൽനിന്ന് പൊങ്ങച്ചസഞ്ചി വാങ്ങി. എന്നിട്ട് പൊങ്ങൻഭൂതത്തോട് നന്ദി പറഞ്ഞു.

പിറ്റേന്ന് നങ്ങേമക്കുട്ടിയുടെ കൈയിലെ പുതുപുത്തൻ പൊങ്ങച്ചസഞ്ചി കണ്ട് പൊങ്ങണംകരയിലെ പെണ്ണുങ്ങൾ അവളുടെ ചുറ്റും കൂടി. അപ്പോൾ നങ്ങേമക്കുട്ടി പൊങ്ങച്ചസഞ്ചിയിൽനിന്ന് പൗഡറെടുത്ത് പെണ്ണുങ്ങൾക്കു കൊടുത്തു.

പെട്ടെന്ന് പൊങ്ങച്ചപ്പാറു അവിടെയെത്തി. കലികയറിയ പൊങ്ങച്ചപ്പാറു നങ്ങേമക്കുട്ടിക്കൊരു തട്ടുകൊടുത്തു. എന്നിട്ട് അവളുടെ കൈയിലെ പൊങ്ങച്ചസഞ്ചി തട്ടിപ്പറിച്ചു.

അപ്പോഴല്ലേ രസം! പൊങ്ങച്ചസഞ്ചി പെട്ടെന്ന് 'ഠപ്പോ'ന്ന് വലുതായി. അങ്ങനെ ആനയോളം വലുതായ പൊങ്ങച്ചസഞ്ചി താങ്ങാനാവാതെ പൊങ്ങച്ചപ്പാറു നിലത്തുവീണു.

അപ്പോഴതാ മറ്റൊരതിശയം! ആ കുറ്റൻ പൊങ്ങച്ചസഞ്ചിയിൽനിന്നും കുറെ കൊച്ചു കൊച്ചു പൊങ്ങച്ചസഞ്ചികൾ 'ഠപ്പെ'ന്ന് പുറത്തുചാടി. എല്ലാവരും അതിശയിച്ചു നിൽക്കുമ്പോൾ നങ്ങേമക്കുട്ടി എന്തു ചെയ്തെന്നോ? അവൾ അവിടെക്കൂടിയ പെണ്ണുങ്ങൾക്കെല്ലാം ഓരോ പൊങ്ങച്ചസഞ്ചി സമ്മാനിച്ചു.

പൊങ്ങച്ചപ്പാറുവാകട്ടെ, കരഞ്ഞുകൊണ്ട് നിലത്തുനിന്നും എഴുന്നേറ്റു. മേലാകെ അഴുക്കു പുരണ്ട് പേടിച്ചു വിറച്ചു നിൽക്കുന്ന പൊങ്ങച്ചപ്പാറുവിനെക്കണ്ട് പെണ്ണുങ്ങൾ കുടുകുടാ പൊട്ടിച്ചിരിച്ചു.

പെണ്ണുങ്ങളുടെ പരിഹാസംകണ്ട് പൊങ്ങച്ചപ്പാറുവിന്റെ തലകുനിഞ്ഞു. പൊങ്ങച്ചപ്പാറു നങ്ങേമക്കുട്ടിയോട് പറഞ്ഞു:

"അയ്യയ്യോ! നങ്ങേമേ മാപ്പുതരൂ!
പൊങ്ങച്ചപ്പാറൂന് മാപ്പുതരൂ!
പൊങ്ങച്ചസഞ്ചി ഉണ്ടെങ്കിലും
പൊങ്ങച്ചം കാട്ടുകയില്ലിനി ഞാൻ!"

പിന്നീട് പൊങ്ങച്ചപ്പാറു നല്ലവളായി ജീവിച്ചു. അന്നുതൊട്ടാണത്രെ, പൊങ്ങച്ചസഞ്ചി അഥവാ 'വാനിറ്റി ബാഗ്' പ്രചാരത്തിൽവന്നത്!

14

ക്റും! ക്റും! ഭൂതത്താൻ!

നെല്ലായിയിലെ നെല്ലുകച്ചവടക്കാരനായിരുന്നു നല്ലപ്പൻ. ഒരു ദിവസം നല്ലപ്പന്റെ നെല്ലറയിൽ ഒരു വെള്ളെലിയപ്പനും മൂന്നു മക്കളും വന്നുപെട്ടു. നെല്ലറയിലെ നെല്ലെല്ലാം തിന്ന് വെള്ളെലിയപ്പനും മക്കളും തടിച്ചുകൊഴുത്തു.

കുറെദിവസം കഴിഞ്ഞപ്പോൾ നെല്ലറയിലെ നെല്ലെല്ലാം തീരാറായി. വെള്ളെലിയപ്പൻ മക്കളെ അരികത്തു വിളിച്ചുപറഞ്ഞു: "മക്കളേ, നെല്ലൊക്കെ തീർന്നാൽ നല്ലപ്പന് നമ്മെ വേഗം കണ്ടുപിടിക്കാൻ പറ്റും. അതുകൊണ്ട് വേഗംതന്നെ ഇവിടെനിന്ന് രക്ഷപ്പെടണം."

അതുകേട്ട് മൂന്നുമക്കളും ഒരേസ്വരത്തിൽ ചോദിച്ചു: "എങ്ങനെ? എങ്ങനെ? രക്ഷപ്പെടാൻ എന്തുണ്ട് വഴി?"

വെള്ളെലിയപ്പൻ ഒരു ഉപായം കണ്ടെത്തി: "നെല്ലുചാക്കിൽ കയറി ഒളിച്ചിരുന്നാൽ മതി. കൂലിക്കാർ ചാക്കുമായി പട്ടണത്തിലേക്കു പോവുമ്പോൾ സൂത്രത്തിൽ രക്ഷപ്പെടാം!" അതുകേട്ട് മൂന്നുമക്കളും തലകുലുക്കി സമ്മതംമൂളി.

അങ്ങനെ, വെള്ളെലിയപ്പനും മക്കളും നെല്ലുചാക്കിൽ കയറി ഒളിച്ചു. നല്ലപ്പനും കൂലിക്കാരും കൂടി ചാക്കുകെട്ടുകൾ കാളവണ്ടിയിൽ കയറ്റി. വണ്ടിക്കാരൻ കാളകളെ തെളിച്ച് പട്ടണത്തിലേക്കും പോയി.

പട്ടണം ഒത്തിരി ദൂരത്താണ്. രാത്രി മുഴുവൻ ഭൂതത്താൻ കാട്ടിലൂടെ വണ്ടി ഓടിച്ചാൽ പുലരുമ്പോൾ അങ്ങെത്താം. വണ്ടിക്കാരൻ അങ്ങനെ പോകുമ്പോൾ അതാ, ചാക്കുകെട്ടിൽനിന്നുമൊരു ശബ്ദം. 'ക്റും! മ്റും!..... ക്റും! മ്റും!'

ഹമ്മേ! ഭൂതങ്ങളൊക്കെയുള്ള കാടാണ്. വണ്ടിക്കാരൻ പേടിച്ച് കിടുകിടാ വിറച്ചു. എന്നിട്ടിങ്ങനെ പറഞ്ഞു:

"ചാക്കിൽനിന്നുമിറങ്ങിപ്പോകൂ
ഭൂതത്താനേ നീ
അല്ലെന്നാകിൽ ചാട്ടകൊണ്ടടി
ചടപടെ കിട്ടീടും!"

അപ്പോഴല്ലേ തമാശ! ചാക്കുകെട്ടിനു മുകളിൽ ശരിക്കും ഒരു ഭൂതത്താൻ കിടന്നുറങ്ങുന്നുണ്ടായിരുന്നു. വണ്ടിക്കാരന്റെ വാക്കുകൾകേട്ട് ഭൂതം പറഞ്ഞു: "പൊന്നു വണ്ടിക്കാരാ, നടന്നുനടന്ന് തളർന്നപ്പോൾ ഒന്നു വിശ്രമിക്കാൻ വന്നതാ. ക്ഷീണം മാറുമ്പോൾ ഞാനങ്ങ് പോയേക്കാം."

അതുകേട്ട് വണ്ടിക്കാരൻ പേടിച്ചു വിറച്ചു. അപ്പോൾ ഇതൊരു ഭൂതച്ചാക്കുതന്നെ! അയാൾ വേഗം ചാക്കുകെട്ട് നിലത്തേക്കിട്ട് വേഗം വണ്ടിയോടിച്ച് സ്ഥലം കാലിയാക്കി. ഭൂതമാവട്ടെ ഒരു മരക്കൊമ്പിൽ കയറി അവിടെ തൂങ്ങിക്കിടന്നു.

അപ്പോഴാണ് കള്ളൻകുഞ്ഞാപ്പു അതുവഴി വന്നത്. നിലത്തുകിടന്ന ചാക്കുകെട്ട് കണ്ടതും കുഞ്ഞാപ്പു അതെടുത്ത് തലയിൽവെച്ച് ഒറ്റ നടത്തം വെച്ചുകൊടുത്തു. പെട്ടെന്നതാ ചാക്കുകെട്ടിൽനിന്നൊരു ശബ്ദം: 'ക്റും! മ്റും!... ക്റും! മ്റും!'

കുഞ്ഞാപ്പു പേടിച്ചുപോയി. അവൻ കീശയിൽനിന്ന് ഒരു കത്തിയെടുത്ത് വീശിക്കൊണ്ട് പറഞ്ഞു:

"ചാകേണ്ടെങ്കിൽ തടിതപ്പിക്കോ
ഭൂതത്താനേ നീ
അല്ലെന്നാകിൽ കത്തിയെടുത്ത്
കണ്ണു ചൂഴ്ന്നീടും"

മരക്കൊമ്പത്ത് തൂങ്ങിക്കിടന്ന ഭൂതം ഇതുകേട്ട് പറഞ്ഞു: " പൊന്നു കുഞ്ഞാപ്പൂ, ഞാനൊന്ന് വിശ്രമിച്ചോട്ടെ. ക്ഷീണം മാറുമ്പോൾ ഞാനങ്ങ് പോയേക്കാം."

ആ നേരത്ത് നാടുവാഴിത്തമ്പുരാന്റെ പടയാളികൾ വാളും

വീശി അതുവഴി വന്നു. കള്ളൻകുഞ്ഞാപ്പുവിനെ കണ്ടതും അവർ പിടികൂടി കയ്യാമം വെച്ചു. എന്നിട്ട് കോവിലകത്തേക്ക് അവനെ നടത്തിച്ചുകൊണ്ടുപോയി.

കുഞ്ഞാപ്പു വിറച്ചുവിറച്ച് നാടുവാഴിത്തമ്പുരാന്റെ മുന്നിൽചെന്ന് ഇങ്ങനെ പറഞ്ഞു:

"ചാക്കുകെട്ടിതു ഭൂതക്കെട്ടാ
ണെന്നുടെ തമ്പ്രാനേ
കെട്ടഴിച്ചാൽ ചാടിവീഴും
തുറുകണ്ണൻ ഭൂതം"

അപ്പോഴതാ ചാക്കുകെട്ടിൽനിന്ന് വീണ്ടുമൊരു ശബ്ദം: 'ക്റും! മ്റും!.... ക്റും! മ്റും!' അതുകേട്ട് നാടുവാഴിത്തമ്പുരാനും സേവകരും കിടുകിടാ വിറച്ചു. അയ്യോ! ഈ ചാക്കുകെട്ടിൽ ഭൂതംതന്നെ! തമ്പുരാൻ ഉടനെ മന്ത്രവാദികളെയും മല്ലന്മാരെയും വിളിച്ച് ഭൂതത്തെ പിടിക്കാൻ ഏർപ്പാട് ചെയ്തു. നിമിഷങ്ങൾക്കുള്ളിൽ മന്ത്രവാദികളെത്തി ചാക്കുകെട്ട് തുറന്നു. അയ്യയ്യേ! ചാക്കുകെട്ടിൽനിന്നതാ വെള്ളെലിയപ്പനും മൂന്നു മക്കളും "ചിൽ ചിൽ കീ.... കീ...." എന്നു കരഞ്ഞ് പുറത്തേക്കു ചാടുന്നു.

വെള്ളെലിയപ്പനും മൂന്നുമക്കളും ചാക്കുതുരന്ന ശബ്ദം കേട്ടാണ് തങ്ങൾ പേടിച്ചതെന്ന് എല്ലാവർക്കും മനസിലായി. എല്ലാവരുംകൂടി തങ്ങൾക്കുപറ്റിയ അക്കിടിയോർത്ത് പൊട്ടിച്ചിരിക്കാൻ തുടങ്ങി.

തമ്പുരാനാകട്ടെ കുഞ്ഞാപ്പുവിനെ വെറുതെ വിടുകയും ചെയ്തു.

വെള്ളെലിയപ്പനും മക്കളും ഇപ്പോഴും കോവിലകത്താണ് താമസം. കള്ളൻ കുഞ്ഞാപ്പുവാകട്ടെ പിന്നീട് മോഷണമൊന്നും ചെയ്യാതെ നല്ലവനായി ജീവിക്കാനും തുടങ്ങി.

15

കരുണപ്പനും കരിമ്പൂതവും

പണ്ടുപണ്ട് കരിയന്നൂരിലെ കരിക്കകത്ത് വീട്ടിൽ ഒരു പാവപ്പെട്ട കരിക്കച്ചവടക്കാരൻ പാർത്തിരുന്നു. കരുണപ്പൻ എന്നായിരുന്നു അയാളുടെ പേര്.

കരുണപ്പന്റെ ഭാര്യയാണ് കരിങ്കുഴലി. അവർക്ക് ഒരു മകളുണ്ട് താമരക്കണ്ണി.

താമരക്കണ്ണിയെ കാണാൻ ഒരു ചന്തവുമുണ്ടായിരുന്നില്ല. അവളുടെ വിവാഹം നടക്കാത്തത് കരുണപ്പനെയും കരിങ്കുഴലിയെയും വല്ലാതെ വിഷമിപ്പിച്ചു.

അങ്ങനെയിരിക്കെ ഒരുദിവസം ചന്തയിൽ കരി വിൽക്കുകയായിരുന്ന കരുണപ്പന്റെ മുന്നിലേക്ക് ഒരു കരിമ്പൂതം ചാടിവീണു. കരിമ്പൂതത്തിന്റെ കറുത്തനിറവും ഉണ്ടക്കണ്ണും കോമ്പല്ലും തുടുത്ത നാവും കണ്ട് കരുണപ്പന് പേടിയായി. അപ്പോൾ കരിമ്പൂതം പറഞ്ഞു:

"നല്ലവനാകും കരുണപ്പാ
കരി വിൽക്കുന്നൊരു കരുണപ്പാ
ഇത്തിരി കരി നീ തന്നെന്നാൽ
പകരം പൊൻപണമേകീടാം!"

കരുണപ്പന് അത്ഭുതമായി. അവൻ കുറച്ച് കരിയെടുത്ത് കരിമ്പൂതത്തിന് കൊടുത്തു. അപ്പോൾ കരിമ്പൂതം കരുണപ്പന് ഒരു

പൊൻപണം സമ്മാനിച്ച് സ്ഥലംവിട്ടു.

പിന്നീട് അതൊരു പതിവായി. കരിവിൽക്കുന്ന കരുണപ്പന്റെ അടുത്തുവന്ന് കരിമ്പൂതം കരിവാങ്ങും. ഒരു പൊൻപണം വിലയായി കൊടുക്കുകയും ചെയ്യും. അങ്ങനെ കരിക്കച്ചവടക്കാരൻ കരുണപ്പൻ പെട്ടെന്ന് വലിയ പണക്കാരനായി.

ഒരുദിവസം താമരക്കണ്ണിയുടെ കല്യാണക്കാര്യമോർത്ത്

വിഷമിച്ചിരിക്കുകയായിരുന്നു കരുണപ്പൻ. അപ്പോൾ അവന്റെ മുന്നിലേക്ക് കരിമ്പൂതം ചാടിവീണു. എന്നിട്ട് ചോദിച്ചു:

"നല്ലവനാകും കരുണപ്പാ
കാര്യംപറയുക കരുണപ്പാ!
പൊൻപണമേറെ ലഭിച്ചിട്ടും
എന്തേ വിഷമം കരുണപ്പാ?"

അപ്പോൾ കരുണപ്പൻ കരഞ്ഞുകൊണ്ട് താമരക്കണ്ണിയുടെ കല്യാണക്കാര്യം പറഞ്ഞു. ഉടനെ കരിമ്പൂതം പറഞ്ഞു:

"കരയരുതേ നീ കരുണപ്പാ
വഴിയുണ്ടാക്കാം കരുണപ്പാ!
ആയിരം പൊൻപണം തന്നെന്നാൽ
പകരം മാന്ത്രികക്കരി നൽകാം!"

"എന്തിനാണ് മാന്ത്രികക്കരി?" കരുണപ്പൻ ചോദിച്ചു. അപ്പോൾ കരിമ്പൂതം പറഞ്ഞു:

"മകനേ, മകനേ, കരുണപ്പാ!
താമരക്കണ്ണിതൻ കണ്ണിൽനീ
അക്കരി നന്നായെഴുതേണം!
നെറ്റിയിൽ പൊട്ടും ചാർത്തേണം!"

താമരക്കണ്ണിയുടെ നന്മയ്ക്കുവേണ്ടി എന്തു ത്യാഗവും ചെയ്യാൻ മടിയില്ലാത്ത കരുണപ്പൻ വീട്ടിൽനിന്നും ആയിരം പൊൻപണംകൊണ്ടുവന്ന് കരിമ്പൂതത്തിന് കൊടുത്തു. എന്നിട്ട് കരിമ്പൂതത്തിന്റെ കൈയിൽനിന്ന് മാന്ത്രികക്കരി വാങ്ങി വീട്ടിലേക്കു പോയി.

മാന്ത്രികക്കരി താമരക്കണ്ണിയെ കാണിച്ച് കരുണപ്പൻ പറഞ്ഞു:

"താമരക്കണ്ണീ, പൊന്മകളേ
കൈകൾ കൂപ്പി കരി വാങ്ങൂ!
കണ്ണിമതന്നിൽ കരിയെഴുതൂ
നെറ്റിയിൽ പൊട്ടും ചാർത്തൂ നീ!"

തന്നെ കൂടുതൽ വിരൂപയാക്കുന്നതിനു വേണ്ടിയാണോ അച്ഛൻ ഇങ്ങനെ പറയുന്നത്? എന്നൊന്നും താമരക്കണ്ണി ചോദിച്ചില്ല. അവൾ ഒരുനിമിഷം കൈകൾ കൂപ്പി. എന്നിട്ട് കരി വാങ്ങി കണ്ണെഴുതി. പിന്നെ നെറ്റിയിൽ പൊട്ടിട്ടു.

അത്ഭുതം! അടുത്തനിമിഷം താമരക്കണ്ണി ആരുകണ്ടാലും കൊതിക്കുന്ന ഒരു സുന്ദരിയായി മാറി. എല്ലാവരും അതിശയിച്ചുനിൽക്കുമ്പോൾ അവരുടെ മുന്നിലേക്ക് കരിമ്പൂതം ചാടിവീണു. കരുണപ്പനും കരിങ്കുഴലിയും താമരക്കണ്ണിയും കരിമ്പൂതത്തെ വണങ്ങി.

അപ്പോൾ കരിമ്പൂതം ആയിരം പൊൻപണവും കരുണപ്പനുതന്നെ തിരിച്ചുകൊടുത്തു. എന്നിട്ട് മൂന്നുപേരെയും അനുഗ്രഹിച്ച് അവിടെനിന്നും പോയി.

കണ്ണിമയിൽ കരിയെഴുതുകയും നെറ്റിയിൽ പൊട്ടിടുകയും ചെയ്തപ്പോൾ താമരക്കണ്ണി സുന്ദരിയായ വാർത്ത പെട്ടെന്ന് നാട്ടിലെല്ലാം പരന്നു. തന്നെയുമല്ല അധികംവൈകാതെ താമരക്കണ്ണിയുടെ വിവാഹവും നടന്നു.

അപ്പോൾ കരിയന്നൂരിലെ പെണ്ണുങ്ങൾക്കെല്ലാം ഒരു മോഹം! കരുണപ്പന്റെ കൈയിൽനിന്ന് കരിവാങ്ങി കണ്ണെഴുതി പൊട്ടിട്ടാലോ? അവർ കരുണപ്പനോട് കരി ചോദിച്ചു. നല്ലവനായ കരുണപ്പൻ എല്ലാവർക്കും കരികൊടുത്തു.

അങ്ങനെയാണത്രേ, സ്ത്രീകൾ കണ്ണെഴുതാനും നെറ്റിയിൽ പൊട്ടുകുത്താനും തുടങ്ങിയത്!